வீரப்பாண்டியக் கட்டபொம்மன்

சிலம்புச் செல்வர்
டாக்டர் ம.பொ.சிவஞானம்

வீரப்பாண்டியக் கட்டபொம்மன்

சிலம்புச் செல்வர் டாக்டர் ம.பொ.சிவஞானம்

முதற் பதிப்பு: மே 2025

அட்டை வடிவமைப்பு: தனலட்சுமி விஸ்வநாதன்

வி கேன் புக்ஸ் வெளியீட்டு எண்: 39

(Imprint of WE CAN SHOPPING)

வி கேன் புக்ஸ் (அலுவலகம்)
3A, டாக்டர் ராம் தெரு, நெல்வயல் நகர்,
பெரம்பூர், சென்னை - 600 011.
செல்: 9003267399

வி கேன் புக்ஸ் (Show Room)
Flat No.3 (Ground Floor),
Meenakshi Sundaram Flats
Old Door No.11, New Door No. 33
Sivaji Street, T.Nagar, Chennai - 600 017.
Cell: 9940448599

ISBN: 978-81-968554-7-5

பக்கம்: 88

விலை: ரூ. 100

பொருளடக்கம்

1. தோற்றுவாய் — 5
2. வீரன் பிறந்தான் — 7
3. ஆங்கிலேயர் ஆதிக்கம் — 11
4. எழுச்சி பிறந்தது! — 27
5. போர் தொடங்கிவிட்டது! — 35
6. வீரபாண்டியன் சிறைப்பட்டான் — 46
7. கொடுங்கோலின் பேயாட்டம் — 52
8. தூக்குத் தண்டனை — 55
9. படுகொலை! — 58
10. சிறைச்சாலை தகர்ந்தது — 62
11. மாயக்கோட்டை — 67
12. ஓடியது வெள்ளைப்படை! — 71
13. கோட்டையன்று; கொலைக்களம் — 74
14. என் சாமியைக் காப்பாற்று — 81
15. முதற் கட்டம் முடிந்தது — 85

1. தோற்றுவாய்

இந்திய சுதந்திரப் போரில் குமரி முதல் இமயம் வரையுள்ள மக்கள் செய்த தியாகம் கொஞ்ச நஞ்சமன்று. என்றாலும் அந்த விடுதலைப் போரில் தமிழர் காட்டிய வீரம், எல்லா வகையாலும் தனிப்பட்டதாகும். இந்திய சுதந்திரப் போரை முதன்முதலில் தொடங்கி வைத்தவர் சிறப்பாகத் தமிழ் நாட்டவரேயாவர். திருநெல்வேலி மாவட்டத்தில் பாஞ்சாலங்குறிச்சி என்னும் சின்னஞ்சிறு பாளையப்பட்டார்தாம் முதன்முதல் ஆங்கில ஆதிக்கத்தை எதிர்த்துப் போர் தொடங்கினர்.

1798-ம் ஆண்டில் தொடங்கி 1801-ம் ஆண்டின் இறுதிவரை அதாவது நான்கு ஆண்டுகள் பாஞ்சாலங்குறிச்சியாருக்கும், கிழக்கிந்தியக் கம்பெனி வெள்ளையருக்கும் கடுமையான போர் நடைபெற்றது. வீரபாண்டியக் கட்டபொம்மன் நிகழ்த்திய அப்போர், சிம்மாசனத்தைக் காப்பாற்றிக் கொள்ள ஏற்பட்டது அன்று; செந்தமிழ் நாட்டின் சுதந்திரத்தைப் பாதுகாக்கவே யாகும்.

'சிப்பாய்க்கலகம்' என்று சொல்லப்படும் சுதந்திரப் புரட்சியிலிருந்துதான் இந்திய விடுதலைப் போர் தொடங்கியதாகப் பல அரசியல்வாதிகள் எண்ணுகின்றனர். வரலாற்று ஆசிரியர்களும் அப்படியேதான் எழுதி வைத்திருக்கின்றனர். இந்திய சுதந்திரப் புரட்சியை விரிவாக எழுதிய வீரசவர்க்காரும், வடக்கே சிப்பாய்கள் செய்த

டாக்டர் ம.பொ.சிவஞானம் ❋ 5

புரட்சியைத்தான் உரிமைப் போரின் தொடக்கமாகக் குறிப்பிடுகிறார். அந்தச் சுதந்திரப் போருக்கு, 1806-ம் ஆண்டில் தெற்கே வேலூரில் நடந்த சிப்பாய்களின் புரட்சியே ஒத்திகையாக இருந்ததென்றும் கூறுகின்றார். உண்மை என்னவென்றால், பாஞ்சாலங்குறிச்சியில் தொடங்கிய விடுதலைப் போரின் அடுத்த கட்டந்தான் வேலூர் சிப்பாய்கள் புரட்சி. இந்த இரண்டும் நடந்து ஓய்ந்த ஐம்பது ஆண்டுகளுக்குப் பிறகு 1857-ல் தான் வடக்கே சிப்பாய்களின புரட்சி நடைபெற்றது.

எனவே இந்திய விடுதலைப் போரின் வரலாறு பாஞ்சாலங்குறிச்சியில் கட்டபொம்மன் நடத்திய வீரப் போரிலிருந்துதான் தொடங்குகிறதென்பதில் ஐயமில்லை. ஆனால், பாஞ்சாலங்குறிச்சிப் போரைப் பற்றிய செய்திகளை வேங்கடத்திற்கு வெளியேயுள்ள இந்தியரில் எவரும் அறிந்திலர். வேங்கடத்திற்குத் தெற்கேயுள்ள தமிழகத்திலுங்கூட ஒரு சிலர்தாம் பாஞ்சாலங்குறிச்சிப் போரைப் பற்றி அறிவார்கள். நம் நல்லூழ்வசத்தினால் தென்பாண்டி நாட்டுக் கிராமங்களில் உள்ள பாமர மக்களும் வீரபாண்டியக் கட்டபொம்மன் நிகழ்த்திய புரட்சிச் செயல்களை இன்னமும் போற்றி வருகின்றனர். கட்டபொம்மன் வரலாறு தெருக்கூத்தாக நடத்தப்படுகிறது.

வீரபாண்டியனின் வரலாறு இதுவரை பல அறிஞர்களால் எழுதப் பட்டிருக்கிறது. ஆனால், நிகழ்ச்சிகளைத் தொகுத்துக் கூறும் வரலாற்று நூலாக மட்டுமல்லாமல், வீரபாண்டியக் கட்டபொம்மனைத் தமிழ் இனத்தின் தனிப்பெரும் வீரனாக இந்திய சதந்திரப் போரில் முதற் பலியான தியாகியாக – அறிமுகப்படுத்துவதே இந்நூலை எழுதியதன் கருத்தாகும்.

2. வீரன் பிறந்தான்

தமிழகம், வீரத்தின் விளைநிலம். இங்கு வாழையடி வாழையாக வீரப் பெருமக்கள் பலர் தோன்று தொட்டு இன்றுவரை தோன்றி வருவது உலகறிந்த உண்மை. இந்த வீரப் பெருமக்கள் வரிசையிலே பாஞ்சாலங்குறிச்சிக் கட்டபொம்மன் முன்னணியில் நிற்பவன்.

'கட்டபொம்மு' என்பது அவ்வீரனின் குடும்பப் பெயர். வீரபாண்டியன் என்பதே அவனுடைய பெற்றோரிட்ட இயற்பெயர். எனவே, அப்பெருமகனை 'வீரபாண்டியன் என்ற பெயராலேயே அழைப்போமாக.

வீரபாண்டியன், பிறந்த நாட்டால் தமிழன் பேசும் மொழியால் தமிழன், வாழ்க்கை நெறியாலும் தமிழனே. என்றாலும், அவனுடைய முன்னோர் ஆந்திரரே யாவர். வடக்கே பல்லாரி மாவட்டத்தில் பஞ்சம் வாட்டியதன் காரணமாக அங்கிருந்து வெளியேறித் தெற்கே திருநெல்வேலி மாவட்டத்தில் சாலிகுளம் என்னும் சிற்றூரில் குடியேறினார், பால்ராஜா என்னும் ஆந்திரர். இவர் குடியேறிய காலம் கி.பி. பதினோராம் நூற்றாண்டு என்பர் வரலாற்று அறிஞர்கள்.

பஞ்சத்திற்கு அஞ்சித் தமிழகத்தில் தஞ்சம் புகுந்த பால்ராஜாவை, அந்நியரென்று தமிழர்கள் அதட்டி விரட்டவில்லை: விருந்தோம்பும் பண்பால் வரவேற்று வாழ்வளித்தனர். பால்ராஜாவின் மகன் 'பொம்மு' என்பவன்

டாக்டர் ம.பொ.சிவஞானம் ♦ 7

சாலிகுளத்தை அடுத்துள்ள 'அழகிய வீரபாண்டியபுரம்' என்னும் ஊரை ஆண்டு வந்த ஜகவீரபாண்டியனின் தளபதியானான். பகைவரை ஒடுக்குவதில் அவனுக்கிருந்த திறமையை மெச்சி உற்றார் உறவினர் அவனைக் 'கெட்டி பொம்மு' என்று அழைக்கலாயினர். அந்தத் தெலுங்குப் பெயரே நாளடைவில் "கட்டபொம்மன்" எனத் தமிழ் மொழியில் திரிந்து வழங்கலாயிற்று.

ஜகவீரபாண்டியன், தனது இறுதிக்காலத்தில் மைந்தனில்லாக் காரணத்தால் ஆதி கட்டபொம்மனையே அரசனாக்கி மறைந்தான். தமிழ் மூவேந்தரில், பாண்டிய மன்னர் மரபில் வந்தவனே ஜகவீரபாண்டியன். அப்படியிருந்தும், அவன் தன்னுடைய படைத் தலைவனான ஆதி கட்டபொம்மனிடமிருந்த அன்பு காரணமாக

அவன் ஆந்திரன் என்பதையும் கவனியாமல் அரசுரிமை வழங்கினான். ஆம் கம்பளியும் கைத்தடியுமாகக் கன்னித் தமிழகத்தை தோக்கி வந்த பால்ராஜாவின் மகன் அரசாளும் வேந்தனனான்.

ஆதி கட்டபொம்மன், தனக்கு அரசுரிமை கிடைத்ததும், ஆந்திர நாட்டுக்குச் செய்தியனுப்பித் தன் இனத்தவர் பலரைத் தருவித்துப் பாஞ்சாலங்குறிச்சியில் - குடியேறச் செய்தான். விஜயநகரம், விசாகப்பட்டினம், கஞ்சம் முதலிய ஆந்திர மாவட்டங்களிலிருந்து பல குடும்பங்கள் அணி அணியாகப் புறப்பட்டு வந்து தென்பாண்டி நாட்டில் குடியேறின. இவ்வாறு நாடோடிகளாய் வந்தவர்களில் பலர் தமிழகத்தின் சிற்றரசர்களாயினர். இன்றுள்ள எட்டையபுரத்தரசரும் ஆதியில் குடியேறிய ஆந்திரர்களின் பரம்பரையைச் சேர்ந்தவராவார்.

ஆதி கட்டபொம்மன் ஒரு நாள் படைவீரர் பலருடன் சாலிகுளத்தை அடுத்துள்ள காட்டில் வேட்டையாடச் சென்றான். அங்கே அவனுடைய ஏழு வேட்டை நாய்களும் முயலொன்றை விரட்டிச் சென்றன. அந்த நாய்களுக்கு அஞ்சி ஓடிக் கொண்டிருந்த முயல், குறிப்பிட்ட ஓர் இடத்தை அடைந்ததும், திடீரெனத் திரும்பி ஏழு நாய்களையும் எதிர்த்து விரட்டியது. அந்த வித்தையைக் கண்டான் ஆதி கட்டபொம்மன். வெருண்டோடும் முயலுக்கும் வீரமூட்டும் ஆற்றல் அந்த நிலத்திற்கு இருப்பதை அறிந்து வியந்தான். அங்கேயே கோட்டை கொத்தளங்களுடன் தனது தலைநகரை அமைக்கவும் திட்டமிட்டான். அவ்வாறு அமைத்த நகரத்திற்கு, 'பாஞ்சாலன்' என்னும் தன் பாட்டனின் நினைவுக்கு அறிகுறியாக, பாஞ்சாலன் குறிச்சி எனப் பெயரிட்டான்.

ஆதி கட்டபொம்மனுக்குப் பின் பாஞ்சாலங்குறிச்சித் தலைவர்களாக வந்த எல்லாருக்குமே, 'பொம்மு' என்பது மரபுப் பெயராக வழங்கலாயிற்று. இந்த அரச மரபில், 46-ம் வேந்தனாக வந்தவனே நமது வீரபாண்டியக் கட்டபொம்மன்.

வீரபாண்டியன், 1760-ம் ஆண்டு ஜனவரித் திங்கள், மூன்றாம் நாள் ஜகவீரக் கட்டபொம்மன் என்ற தந்தைக்கும், ஆறுமுகத்தம்மாள் என்ற தாய்க்கும் மகனாகப் பிறந்தான், இவனுக்குப் பின்னர் குமாரசாமி, துரைசிங்கம் என்ற தம்பியர் இருவர் பிறந்தனர். வீரபாண்டியனைக் கறுத்தையா என்றும், குமாரசாமியைச் சிவத்தையா என்றும், துரைசிங்கத்தைச் சுப்பையா என்றும் மக்கள் அழைப்பதுண்டு. குமாரசாமி செம்மையாகப் பேசும் திறனற்றிருந்ததால் அவனை ஊமைத்துரை என்றும் அழைக்கலாயினர். வீரபாண்டியன் காளைப் பருவத்தை அடைந்ததும் பெற்றோர், வீரசக்கம்மான் என்ற மங்கையை அவனுக்கு மணஞ் செய்து வைத்தனர். மற்றும் சௌந்தர வடிவு. ஞானமுத்தம்மான் என்ற கன்னியிருவரை முறையே ஊமைத்துரைக்கும் துரைசிங்கத்திற்கும் திருமணம் செய்து வைத்தனர்.

3. ஆங்கிலேயர் ஆதிக்கம்

வீரபாண்டியன் 1790-ம் ஆண்டு பிப்ரவரி 2-ம் நாள் பாஞ்சாலங்குறிச்சியின் மன்னனானான். அப்போது அவனுக்கு வயது முப்பது. வீரபாண்டியன் காலத்தில் தென்னாடு முழுவதும் ஆர்க்காட்டு நவாப்பின் அதிகாரத் திலிருந்தது. குறுநில மன்னர்களெல்லாரும் அவருக்குக் கப்பம் செலுத்த வேண்டுமென்பது மரபு. ஆனால் பெருவாரியான குறுநில மன்னர்கள் கப்பப் பணத்தைச் சரியாகக் கட்டுவதில்லை. வற்புறுத்தி வாங்கும் வலிமையும் நவாப்புக்கு இல்லை. அவர் தென்னாட்டின் பேரரசர் என்பது பெயரளவில்தான் இருந்தது. சிற்றரசுகளெல்லாம். சுதந்திரமுள்ள தனியரசுகளாகவே நிகழ்ந்தன.

இந்நிலையில், வாணிகம் செய்வதற்காகத் தமிழகத்தில் தங்கி இருந்த கிழக்கிந்தியக்கம்பெனியாரிடம் 1792-ம் ஆண்டில் ஆர்க்காட்டு நவாபு ஓர் ஒப்பந்தம் செய்து கொண்டார். முன்னர்த் தாம் பெற்றிருந்த கடனுக்காகக் குறுநில மன்னர்களிடமிருந்து கப்பப் பணத்தை வாங்கிக் கொள்ளும் உரிமையைக் கிழக்கிந்தியக் கம்பெனியாருக்கு வழங்குவதே அந்த ஒப்பந்தத்தின் சாரம். இந்தக் காலத்தியதான் வாணிகம் செய்து வந்த ஆங்கிலேயர், வரி விதிக்கும் அதிகாரிகளாக மாறினர். தாளைவில், ஆர்க்காடு நவாபு தன் வசமிருந்த அரசியல் அதிகாரங்கள் அனைத்தையுமே ஆங்கிலேயரிடம் ஒப்படைத்துவிட்டு, 'அரசர்' என்ற பெயரில் வெறும் அலங்காரப் பொம்மையாக இருந்து வந்தார்.

ஆர்க்காட்டு நவாபு தந்த அதிகாரத்தைப் பயன்படுத்திக் கொண்டு ஆங்கில நாடோடிகள், "வரி வசூல்" என்ற பெயரால் தென்னாட்டின் செல்வத்தைக் கொள்ளை யிடத் தொடங்கினர். உழவர்களின் நிலங்களை அளவு செய்து வரி விதித்த பின்னர்க் குறுநில மன்னர்களின் கப்பப் பணத்தையும் அதிகமாகக் கட்டாயப்படுத்தி வாங்கலாயினர். அந்தாளில் குறுநில மன்னருக்கெல்லாம் பாளையக்காரர் என்ற பட்டம் வழங்கி வந்தது. எட்டையபுரம் போன்ற பாளையத் தலைவர்கள் பலர், அறிவு மயங்கி ஆண்மையிழந்து ஆங்கிலேயருக்கு வரி செலுத்தினர். ஆனால், ஒரே ஒரு பாளையக்காரன் மட்டும் தமிழகத்தின் வீரத்திற்குச் சான்றாக ஆங்கிலேயருக்குக் கப்பம் செலுத்திக் கைகட்டி. வாழ மறுத்தான். அவன்தான் 'கட்டபொம்மன்' என்று அழைக்கப்படும் வீரபாண்டியன். மன்னாதி மன்னரெல்லாம் தமக்குக் கப்பம் செலுத்திக் கை கூப்பி நின்றதைக் கண்ணாறக் கண்டவர் தென்னாட்டுப் பாண்டிய மரபினர். அந்த வீர மரபில் வந்த பாஞ் சாலங்குறிச்சி வேந்தன் வயிறு வளர்க்க வந்த அந்நியருக்கு வரி செலுத்த மறுத்தது தமிழ் மரபின் மானத்தைக் காக்கவேயாகும்.

வீரபாண்டியன் வரி செலுத்த மறுத்த செய்தியறிந்த வெள்ளையர், அவனது பாஞ்சாலங்குறிச்சிப் பாளையத்தைச் சேர்ந்த அருங்குளம், சுப்பாலாபுரம் என்ற ஊர்களைத் தாம் கூப்பிட்ட நேரத்தில் குற்றவேல் புரியும் எட்டையபுரத்தோடு இணைத்து விட்டனர். மற்றும், 'நிலக்கொடை ஏற்பாடு' (செட்டில்மெண்ட்) செய்வதாகப் பாசாங்கு காட்டி, ஒரு பாளையக்காரனின் இன்னொரு பாளையக்காரனுக்குத் தானம் செய்து பிரித்தாளும் சூழ்ச்சி வலையை விரித்துவிட்டான் மார்க்ஸ்வெல் என்னும் ஆங்கில தளகர்த்தன்.

நிலத்தை உரிமையற்ற நிலையில் தன்னுடைய ஊர்களைக் கவர்ந்ததை அறிந்த வீரபாண்டியன், தனது ஆட்சிக்குட்பட்ட பாஞ்சாலங்குறிச்சி எல்லைக்குள் அந்நியர் எவரும் கால் வைக்கக் கூடாதென்று கட்டளையிட்டான். பாவம்! எட்டையபுர மன்னரால் ஆங்கிலேயரின் தயவால் கிடைத்த ஊர்களில் ஆணை செலுத்த முடியவில்லை.

தமது வஞ்சகச் சூழ்ச்சியால் தமிழ்நாட்டு மக்கள் அனைவரிடமும் வரிவாங்கி வந்தனர் ஆங்கிலேயர். என்றாலும், வாள்வலி கொண்ட வீரபாண்டியனிடம் மட்டும் வரி வாங்க முடியவில்லை. எனவே, தங்கள் படைபலத்தை எடுத்துக் கூறிப் பயமுறுத்திப் பார்த்தனர்; பலிக்கவில்லை. தங்கள் நல்லெண்ணத்தைக் காணிக்கையாக்கி நட்புக் கொள்ள முயன்றனர். அதுவும் நடக்கவில்லை. இவ்வாறு ஆறாண்டுகள் கழிந்தன. கி.பி. *1792-ல், வீரபாண்டியன் தொடங்கிய வெள்ளைக்கம்பெனிச் சச்சரவு 1798-ம் ஆண்டு வரை சமரசமாக முடியவில்லை.* இறுதியில், தங்களுக்குள்ள உரிமையை ஒப்புக்கொள்ளும் முறையில் மிகச் சிறிய அளவில் வரி செலுத்தி வந்தாலும் போதுமென்று வீரபாண்டியனுக்கு விண்ணப்பமனுப்பினர் வெள்ளையர்கள்.

> "ஒட்டார்பின் சென்றொருவன் வாழ்தலின் அந்நிலையே
> கெட்டான் எனப்படுதல் நன்று."

என்ற குறள் நெறியறிந்தவன் வீரபாண்டியன். எனவே வஞ்சகருக்கு வரி செலுத்தி வணங்கி வாழ்வதை விட அவர்தம் வாள் முனைக்கு இரையாவதே நன்றென எண்ணினான். ஆலன் என்னும் ஆங்கில அதிகாரி வீரபாண்டியனை அணுகி, "கடந்து போன ஆறு வருடங்களுக்காக மட்டும் 6000 பொன் கொடுத்தால் போதும்; அதற்குப்பின் நீங்கள் வாழும் திக்குப் பக்கமே திரும்பமாட்டோம்" என்று நயமுடன் கூறினான். அவனது நயவுரைகண்டு நகை புரிந்தான் வீரபாண்டியன்; "நாற்பத்தேழு தலைமுறையாக நாடாளும் நாங்கள் நாடோடிகளாக வந்தவர்களுக்கு வரி செலுத்துவதா? அஃது ஒரு போதும் முடியாது" என்று கூறி வரி கேட்க வந்த ஆலன் துரையின் வாயை அடக்கினான்.

ஆலன் அஞ்சவில்லை. ஆங்கிலேயரின் பகையை வளர்ப்பதால், பாஞ்சாலங்குறிச்சி அரசுக்கே கேடு நேரும் எனக்கூறி அச்சுறுத்தினான்.

வீரபாண்டியனின் ஆலோசனையாளரில் சிலர் ஆங்கிலேயருக்கு வரி செலுத்தி வாழ்வதே நல்லதெனக் கூறினர். சுற்றியுள்ள பாளையக்காரரெல்லாம் பணிந்து கொடுத்திருப்பதைச் சுட்டிக்காட்டினர். ஆயினும் சுதந்திர உணர்வுடைய வீரபாண்டியன் ஏற்கவில்லை. பரதேசிகளாக வந்த வெள்ளையர்களுக்குப் பணிந்து கொடுத்தால், உடல் வளர்க்க வந்த அந்த அந்நியர் கூட்டம் ஊராளும் உரிமை பெற்றுவிடும் என்பதை நன்கு உணர்ந்திருந்தான் வீரபாண்டியன். எனவே "சரணாகதி" ஆலோசனைகளுக்கு அவன் சிறிதும் இசையவில்லை.

தமது முயற்சி எவ்விதத்திலும் பலிக்காததைக் கண்ட வெள்ளையர்கள், பாஞ்சாலங்குறிச்சியானுக்கு உட்பகையைப் பெருக்கினர். அவனது குடிமக்களிலேயே பலருக்கு இலஞ்சம் கொடுத்தும். வஞ்சம் பேசியும் நட்புக்

கொள்ளலாயினர். இத்த சூழ்ச்சிக்கு இரையான பாஞ் சாலங்குறிச்சி மக்களில் தீயவர் சிலர், வீரபாண்டியன் மீது பழிகளைப் பரப்பி வந்தனர். அண்டையிலுள்ள எட்டையபுரத்துப் பாளையக்காரனான எட்டப்ப நாயக்கனும், வீரபாண்டியனால் தனக்கும் தனது பாளையத்துக்கும் பழுது நேரவிருப்பதாகப் பாசாங்கு செய்து தன்னையும் தனது பாளையத்தையும் காப்பாற்றும்படி ஆங்கிலேயரிடம் அபயம் புகுந்தான். வீரபாண்டியன் என்றென்றும் தமக்குப் பணியமாட்டான் என்பதை அறிந்துகொண்ட வெள்ளையர்கள் அவனைச் சண்டைக்கிழுக்கச் செய்த சூழ்ச்சியே இது.

கம்பெனியாரின் சார்பில் வரி வாங்கும் கலெக்டரான ஜாக்ஸன் என்பவன், ஒரு வாரத்திற்குள்தனது இருப்பிடம் வந்து தன்னைக் கண்டு பேச வேண்டுமென இரு தாதுவர் மூலம் வீரபாண்டியனுக்குச் செய்தியனுப்பினான். செய்திப்படி நடக்க வீரபாண்டியனுக்கு விருப்பமில்லை. ஆயினும், சுற்றிலுமுள்ள பாளையக்காரரெல்லாம் ஆங்கிலேயருக்கு அடிமைகளாகி விட்டால், கலெக்டரைப் பார்ப்பதன் மூலம் பகைமையை குறைக்கலாமென நம்பினான். "தனியே சென்று கலெக்டரைச் சந்திப்பதால் தீங்கு நேரும்" என்று ஊமைத்துரை தெரிவித்ததையும் அவன் ஏற்கவில்லை. ஆனால், ஊமைத்துரையின் வற்புறுத்தல் காரணமாகப் படைகள் சூழப் பல்லக்கிலேறிச் சென்று, கலெக்டரைக் காண்பதென்று தீர்மானித்தான். 1798-ம் ஆண்டு ஆகஸ்ட் 24-ம் நாள் தளபதிகள் முன் செல்லத் தம்பிமார் புடைசூழக் கலெக்டரைக் காணத் திருநெல்வேலி சென்றான் வீரபாண்டியன்.

'கலெக்டர்' ஜாக்ஸன், வீரபாண்டியனை வம்புக்கிழுக்கும் வஞ்ச நெஞ்சங் கொண்டவனாதலால், பாஞ்சாலங்குறிச்சியான் திருநெல்வேலியை அணுகும் சமயம் பார்த்துக் குற்றாலத்துக்குச் சென்று விட்டான். செய்தியறிந்த வீரபாண்டியன் தன் சுற்றத்துடன்

குற்றாலம் விரைந்தான். அங்கிருந்து பத்தொன்பது கிலோ மீட்டர் தொலைவிலுள்ள சொக்கம்பட்டிக்குச் சென்று விட்டான் கலெக்டர். வீரபாண்டியனும் சோர்வடையாது சொக்கம்பட்டிக்குச் சென்றான். அங்கும் கலெக்டரைக் காண முடியலில்லை. கலெக்டரின் மொழி பெயர்ப்பாளன், ""கலெக்டர் சிவகிரிக்குச் சென்றுவிட்டார்; தங்களை அங்கே வரச் சொன்னார்'' என்றான். ஜாக்சனின் சதித்திட்டம் வீரபாண்டியனுக்கு விளங்கிவிட்டது. இடம் விட்டு இடம் மாறும் கருத்து, தன்னை அவமானப்படுத்தி அடிமை கொள்வதற்கேயாகும் என்பதை அவன் உணர்ந்து கொண்டான். என்றாலும், ஜாக்சன் சூழ்ச்சியின் முடிவைக் காணும் வரை இல்லந் திரும்புவதில்லை என்ற உறுதி கொண்டு, தன்னுடன் வந்திருந்த தம்பியரையும், தளபதிகளையும், மற்றுமுள்ள படைகளையும் நோக்கி, "நீங்களனைவரும் பாஞ்சாலங்குறிச்சிக்குத் திரும்புங்கள். நான் மட்டும் தனியே சென்று கலெக்டர் ஜாக்சனைக் கண்டு வருவேன்" என்று கட்டளையிட்டான்.

ஜாக்சனின் சதியையும், வீரபாண்டியனின் உறுதியையும் கண்டு, ஊமைத்துரையும், பிறரும் நெஞ்சம் அஞ்சினர். "தனியே செல்வது நன்றன்று. அச்செயல் வெள்ளையன் சூழ்ச்சிக்கே வெற்றி தரும். நாங்களும் உடன் வருகிறோம்; எல்லாரும் சேர்ந்து போகலாம்" என்றனர். அவர்கள் கருத்துக்கு இணங்கி வீரபாண்டியன் சுற்றம் சூழ சொக்கம்பட்டியிலிருந்து புறப்பட்டுச் சிவகிரி, வில்லிபுத்தூர், பேரையூர், பாவாலி, பள்ளிமடை, கழுதி முதலிய பல ஊர்களுக்கும் கலெக்டரைப் பின்பற்றிச் சென்று அங்கெல்லாம் கலெக்டரைக் தாணாது இறுதியாக இராமநாதபுரத்தையடைந்தான்.

வீரபாண்டியனை வெற்றி கொள்ளும் இடம் அதுவென அறிந்த ஜாக்சன் இராமநாதபுரத்தில் தங்கி அவனுக்குப் பேட்டி தர இசைந்தான். வீரபாண்டியனும் கலெக்டர் ஜாக்சனும் சந்தித்த இடம் சேதுபதி

மன்னனுக்குச் சொந்தமானதும், அவனது அரண்மனைக்கு அருகிலுள்ளதுமான இராமலிங்க விலாசம் என்னும் மாளிகையாகும். ஜாக்சனின் சதித்திட்டம் அவனது தங்குமிடத்திலிருந்தே முன்னாள் இரவு வீரபாண்டியனுக்குப் புரிந்துவிட்டது. எனவே, கலெக்டர் இருந்த மாளிகையைச் சுற்றித் தன் படை வீரரைக் காவல் வைத்துவிட்டு, ஊமைத்துரை உள்பட மெய்க்காப்பாளருடன் ஜாக்சனைக் காணச் சென்றான். முன்னதாக அறிமுகமில்லாத இருவரின் முதல் சந்திப்பு இது.

தக்க காவவர்களுடன் வீரபாண்டியன் தன்னைக் காண வருவதை அறிந்த ஜாக்சன், மாளிகையின் மேல்மாடி யிலிருந்த வண்ணம், "தனியே வந்தால்தான் பார்க்க முடியும்" என்று ஆள் மூலம் சொல்லியனுப்பினான். எதிர்பாராத இந்த நிலை கண்டு வீரபாண்டியனுடன் இருந்தவர் மனம் குலைந்தனர் ஆனால், வீரபாண்டியன் அவர்களுக்கு ஆறுதல் கூறி நிறுத்திவிட்டு, நெஞ்சமஞ்சாமல், தன்னந்தனியே மேல்மாடி சென்று வெள்ளையனைக் கண்டான்.

வீரபாண்டியனைக் கண்ட வெள்ளையன் மன்னனுக்குரிய மரியாதை செய்யாது அவன் மீது சாட்டப்பட்டுள்ள குற்றச்சாட்டுகளை யெல்லாம் வரிசையாகக் கூறினான். கிழக்கிந்தியக் கம்பெனிக்கு வரி செலுத்தாதது ஒரு குற்றம்! ஆங்கிலேயருக்கு அடிவருடும் எட்டையபுரப் பாளையக்காரனுக்கு இணங்கி நடவாதது இன்னொரு குற்றம்! கொள்ளையடிக்க வந்த வெள்ளையரிடம் இசைவு பெறாமல் குடிமக்களிடம் வரி வாங்கியது மற்றொரு குற்றம்!... இப்படி வரிசையாகக் குற்றங்களை அடுக்கிக் கொண்டே போய் இறுதியாகக் "கிழக்கிந்தியக் கம்பெனியராகிய நாங்கள் நவாப்புக்குக் கொடுத்த கடனுக்காக நாடாளும் உரிமை பெற்று விட்டோம். ஆகவே, அரைக்கணமும் தாமதமின்றி நீர். எங்களுக்குத் திறை செலுத்தியாக வேண்டும் என்று கட்டளையிட்டான். வீரபாண்டியன் கணமும் பொறாது

டாக்டர் ம.பொ.சிவஞானம் ● 17

கலெக்டரைப் பார்த்து "வரி கொடுக்கும் வழக்கம் எங்கள் வம்சத்திலில்லை; அந்நியனுக்கு அடங்கி வாழ்வது எமது அரசமரபுக்கு இழுக்கு. ஆதலால் வரி கொடுக்க முடியாது" என்று துணிவுடன் கூறினான்.

வீரபாண்டியனின் உறுதிநிலை கண்ட கலெக்டர், "அப்படியானால் உம்மைச் சிறை பிடித்திருக்கிறேன். நீர் இக்கட்டத்திற்கு வெளியே கால் வைக்கக்கூடாது. இது கிழக்கித்தியச் சங்கத்தின் ஆணை" என்று அகம்பாவத்துடன் கூறினான். "பாளையப்பட்டு மன்னன், பரதேசியிடம் சிறைப்படுவதா? அது மானங்கெட்ட செய்கை" என வெகுண்டு கூறிக் கட்டடத்தை. வீட்டு வெளியேற முயன்றான் வீரபாண்டியன். அதற்குள் ஜாக்சனின் சதித் திட்டப்படி மாளிகைக்குள்ளே மறைவாகப் பதுங்கியிருந்த படைவீரர்கள், கண நேரத்தில் வீரபாண்டியன் மேல் விழுந்து அவனைக் கட்டிப் பிடிக்க முயன்றனர்.

வீரபாண்டியன் வாட்போரில் வல்லவன். எனவே, தன்மீது பாய்ந்த பகை மல்லர்களில் இருவரை வாளுக்கிரையாக்கினான். எஞ்சிய மல்லர்கள், பாஞ் சாலங்குறிச்சியானின் வாள்முனைக்கு ஆற்றமாட்டாது அஞ்சிப் பின்வாங்கியோடினர்.

கிழக்கிந்திய கம்பெனியின் துணைத் தளபதியான லெப்டினென்ட் கிளார்க் என்பான், வீரபாண்டியனின் நெஞ்சுரம் கண்டு வஞ்சினம் கொண்டான். தங்கள் சூழ்ச்சித் திட்டமெல்லாம் வீரபாண்டியனின் நெஞ்சுரத்தின் முன்பு நில்லாது போனதைக் கண்டு நெடுமூச்செறிந்தான். எனினும், கொள்ளைக் கூட்டத் தளபதியான அவ்வெள்ளையன் சோர்ந்து விடவில்லை. வீரபாண்டியனை மேலே செல்ல விடாமல் தடுத்து நிறுத்தி சமர் புரிந்தான். சிறிது நேரம் வீரபாண்டியனுக்கும் தளபதி கிளார்க்குக்கும் வாட்போர் நடந்தது. அப்போரில் வீரபாண்டியன், தளபதி கிளார்க்கை வெட்டி வீழ்த்தினான்.

போர் முனையில் பகைவரைச் சந்திக்கும் போதெல்லாம் வெற்றியன்றி வேறொன்றைக் காணாத பாண்டிய மரபைச் சேர்ந்த வீரபாண்டியன் மண்ணாள நினைத்த வெள்ளையனை மண்ணுக்கிரையாக்கினான்!

கிளார்க் மாண்டதும் அவனது படையினர் வீரபாண்டியன் படையை நோக்கிச் சுட்டதால், பலர் மாள நேர்ந்தது. இது கண்டு மற்றவர்கள் மனம் கலங்கவில்லை; கம்புகளும் வாள்களும் வேல்களும் கொண்டு வீரப் போர் புரிந்தனர். அந்தப் போரில் வீரபாண்டியன் தம்பி ஊமைத்துரை கொண்ட பங்கு கொஞ்சமல்ல. வெள்ளையரை எதிர்த்து அவன் வாய் பேசவில்லை; ஆனால், அவனது வாள் பேசியது! ஊமைத்துரையின் எண்ணத்தை வெளியிடும் ஒரே கருவி, அவனது உடைவாளேயாகும்.

இந்தப் போரில் ஈடுபட்ட மற்றொருவனையும் இங்கு குறிப்பிட வேண்டும். அவன், வெள்ளையத் தேவன் என்ற மறக்குல மைந்தனாவான். மாற்றலர் நடுங்கும் தோற்றம் வாய்ந்தவன். பின்னே நிகழ்ந்த பாஞ்சாலங்குறிச்சிப் போரில் அவன் புரிந்த வீரச்செயல்கள் ஒரு தனி நூலுக்குரியவை. 'வெள்ளையத் தேவன்' என்ற பெயரைக் கேட்டாலே ஆங்கிலேயர் அலறியோடுவரென்றால், அவனது வீரத்தை என்னவென்று விளக்குவது!

வெள்ளையத்தேவனின் ஆற்றல் கண்டு வியந்த வீரபாண்டியன், அவனுக்குப் "பகதூர்" என்ற பட்டம் தந்தான். மக்கள் அவ்வீரனை 'பாதர் வெள்ளையத் தேவன்' என்றே அழைத்தனர்.

திரு. சுப்ரமணியப் பிள்ளை என்பவர் பாஞ்சாலங்குறிச்சிப் பாளையத்தின் தலைமை நிர்வாகி. வீரபாண்டியனின் நம்பிக்கைக்குப் பாத்திரமானவர். இவர், "தானாபதிப் பிள்ளை" என்றே அழைக்கப்பட்டு வந்தார். வீரபாண்டியனை வெள்ளையருக்கு எதிரியாக்கியதே தானபதிப்பிள்ளை தானென்றும், அவரில்லையேல்,

வீரபாண்டியன் கிழக்கிந்தியக் கம்பெனிக்குப் பணிந்து போயிருப்பான் என்றும் வரலாற்று ஆசிரியர்கள் சிலர் கூறுகின்றனர்.

தானாபதிப் பிள்ளையும், வீரபாண்டியனுடன் இராமலிங்க விலாசத்திற்குச் சென்றிருந்தார். ஆனால், வீரபாண்டியன் இராமலிங்க விலாசத்திலிருந்து வெளியேறுகையில் அவனுடன் சென்றிருந்த தானாபதிப் பிள்ளை மட்டும் உள்ளே சிக்கிக் கொண்டார். வெள்ளையர்கள் அவரைச் சிறைப்படுத்தி விட்டனர்; மாளிகைக்குள்ளே நடந்த குழப்பத்தில் தானாபதிப்பிள்ளை சிக்கிக் கொண்டதை வீரபாண்டியன் கவனிக்கவில்லை; மாளிகையை விட்டதும், பாஞ்சாலங்குறிச்சியை நோக்கி நெடுந்தூரம் சென்ற பின்னர்தான் தானாபதிப் பிள்ளை காணாத செய்தியறிந்து சிந்தை நொந்தான்.. இராமலிங்க விலாசப் போரில் தன்னுடைய வீரர் பலர் பலியானதால் ஏற்கனவே வருந்திக் கொண்டிருந்த அவனது உள்ளம் தானாபதிப் பிள்ளை சிறைப்பட்டதை அறிந்து மேலும் கலங்கியது.

வீரபாண்டியன் தானாபதிப் பிள்ளையை மீட்பதற்காக மீண்டும் இராமலிங்க விலாசத்தை நோக்கிச் செல்ல நினைத்தான். சேனைத் தலைவர்களும் அவனைப் பின்பற்றினர். ஆனால், தம்பி ஊமைத்துரை வீரபாண்டியணை நோக்கி, "அண்ணலே, தானாபதிப் பிள்ளை இந்நேரம் பகைவரின் ஆயுதத்திற்குப் பலியாகி இருக்கலாம். அப்படியாயின், அவருக்காகத் திரும்பிச் செல்வதில் பயனில்லை. ஒருவேளை அவர் கொல்லப்படாமல் உயிருடனிருப்பின், நிலைமை திருந்தியதும் நாம் எப்படியும் அவரை விரைவில் சிறைமீட்டே திருவோம். இப்போது நாம் நேரே ஊர் செல்வதுதான் நல்லது" என்று நயமுடன் உரைத்தான்.

முன்னரே, ஜாக்சனைக் காணச் செல்வதால் கேடு வருமென்று ஊமைத்துரை எச்சரித்ததைப் புறக்கணித்ததால் தனக்குற்ற இன்னல்களை வீரபாண்டியன்

நன்கு உணர்ந்திருந்தான். ஆகையால், மீண்டும் தம்பியின் கருத்தைத் தட்டிப் போவது சரியன்று எனத் தீர்மானித்து நெடுவழி கடந்து பாஞ்சாலங்குறிச்சியை அடைந்தான்.

இராமலிங்க விலாச நிகழ்ச்சி நடந்த இரண்டு நாட்களுக்குப் பிறகு தூத்துக்குடியிலிருந்த டேவிசன் என்னும் ஆங்கிலேயருக்கு ஒரு கடிதம் எழுதினான் வீரபாண்டியன். டேவிசன் ஆங்கிலேயராயினும் அருங்குணம் படைத்தவர். இந்திய மக்களை புறவினத்தவராக எண்ணிப் பொருள் பறிக்காமல், உறவினத்தவராக எண்ணும் உத்தமர். அவருக்கும் வீரபாண்டியனுக்கும் முன்பே நெருங்கிய நட்பு இருந்து வந்தது. எனவே, கலெக்டர் ஜாக்சனால் தனக்கு நேர்ந்த துன்பங்களையும், இனி நேரவிருக்கும் தொல்லைகளையும் கடிதத்தில் குறிப்பிட்டு மேற்கொண்டு என்ன செய்வதென்பதை ஆலோசிக்க விரைந்து வருமாறு அழைப்பு விடுத்தான் வீரபாண்டியன்.

கடிதம் கண்டதும் டேவிசன் கணமும் தாமதியாது பாஞ்சாலங்குறிச்சியை அடைந்து, வீரபாண்டியனை அவனது அரச மாளிகையாகிய இலட்சுமி விலாசத்தில் சந்தித்தார். வீரபாண்டியன் தனது உள்ளத்தைக் கவர்ந்த அவ்வெள்ளை நண்பரிடம் கலெக்டர் ஜாக்சனின் சதிச் செயலையும் அதனால் தனக்கு நேர்ந்த அல்லல்களையும் விளக்கிக் கூறினான்.

செய்தியறிந்த டேவிசன், தம் வெள்ளை இனத்தவரின் விபரீதப் போக்கைக் கண்டு வேதனையடைந்தார். "வீரபாண்டிய! நின் ஆற்றலையும், அன்புள்ளத்தையும் ஜாக்சன் அறிந்து கொள்ளத் தவறிவிட்டான். அவன் தவறுகளைக் கிழக்கிந்தியக் கம்பெனித் தலைவர்களுக்கு யான் விளக்கிக் கூறி, நினக்கும் அவர்களுக்கும் உறவை வளர்க்க என்னால் இயன்றதை யெல்லாம் செய்வேன், கவலையை விடுத்துக் காரியத்தைக் கவனி" எனக் கூறி, டேவிசன் துரை தமது இல்லம் திரும்பினார்.

டாக்டர் ம.பொ.சிவஞானம்

அங்கே இராமநாதபுரத்தில், கலெக்டர் ஜாக்சன் தன்னிடம் சிக்கிக் கொண்ட தானபதிப் பிள்ளையின் கைகளுக்கு விலங்கிட்டுக் காவலில் வைத்தான். சுதந்திரத்தை விரும்பிய தமிழுனுக்கு ஆங்கில அதிகாரவர்க்கம் விலங்கு பூட்டிய வரலாறு இங்கிருந்துதான் தொடங்குகிறது. நாட்டின் உரிமைக்காகக் கைகளில் விலங்கு தாங்கும் பெருமை தானாபதிப் பிள்ளைக்கே முதன்முதலில் கிடைத்தது. வீரபாண்டியனிடம் படுதோல்வி அடைந்தாலும், தானாபதிப் பிள்ளையைச் சிறைப் படுத்தியதிலே பெருமை அடைந்தான். கலெக்டர் ஜாக்சன். இராமலிங்க விலாச நிகழ்ச்சி பற்றிக் கிழக்கிந்தியக் கம்பெனியின் மேலதிகாரிகளுக்குத் தெரிவிக்கவேண்டிய பொறுப்பு கலெக்டர் ஜாக்சன் மீது சுமந்திருந்தது. ஆனால், நடந்ததை அப்படியே எழுதினால் மேலதிகாரிகளின் கண்டனத்திற்கு ஆளாக நேரும் என் அஞ்சினான் ஜாக்சன்.

கம்பெனியின் தலைவர்கள் இந்தியாவைச் சுரண்ட வந்தவர்களேயென்றாலும் தேவையின்றி இரத்தம் சிந்துவதை அவர்கள் ஒப்புக்கொள்ள மாட்டார்கள். அதுவும், கம்பெனியின் போர்ப் படையில் தெடுங்காலம் சேவை புரிந்த தளபதி கிளார்க்கைப் பலி கொடுக்கும் அளவுக்குக் கலெக்டர் ஜாக்சன் கண்மூடித்தனமாக நடந்து கொண்டதைக் கம்பெனி தலைவர்கள் ஒரு போதும் ஒப்புக்கொள்ள மாட்டார்கள். இதை ஜாக்சன் தெளிவாக உணர்த்திருந்தான். எனவே, தன் மீது பிழை காணா வண்ணம் இராமலிங்க விலாச நிகழ்ச்சி பற்றி மிகத் தந்திரமாக அறிக்கை தயாரித்துக் கம்பெனித் தலைவர்களுக்கு அனுப்பினான். அந்த அறிக்கையின் சுருக்கம் கீழே தரப்பட்டுள்ளது.

"பாஞ்சாலங்குறிச்சித் தலைவனான வீரபாண்டியக் கட்டபொம்மன் என்னைக் கண்டு பேச விரும்பினான். தானும் சம்மதித்தேன். குறித்த காலத்தில் அவன் தன் தம்பி

ஊமைத்துரை, தானாபதிப் பிள்ளை, மற்றும் படைவீரர் பலர் குழு என்னைப் பார்க்க வந்தான். அந்த தேரத்தில் நான் அறியாதவாறு 400 படை வீரர்களை எனது மானிகையைச் சுற்றி மறைத்து வைத்திருந்தான்.

பேட்டியின் போது கம்பெனிக்கு வரி செலுத்த வேண்டிய காரணங்களை நயமுடன் உரைத்தேன். அவன் என் கருத்துக்கு இணங்காததுடன் பேச்சுக்கிடையில் என்னை அவமதித்து வெளியேறினான். அச்சமயம், நம் தளபதி கிளார்க் அவனைத் தடுத்து நிறுத்திய போது அவன் தன்னிடமிருந்த உடைவாளால் கிளார்க்கைக் குத்திக் கொன்றான். இதனால் ஏற்பட்ட கலகத்தால் இருதரப்பிலும் பலர் மாண்டனர்.

"வீரபாண்டியன், குழப்பத்தின் இடையே தப்பி வெளியேறிவிட்டான். ஆனால், தானாபதிப் பிள்ளையைச் சிறைப்படுத்தி விட்டேன். வீரபாண்டியக் கட்டபொம்மனை அடக்கி ஒடுக்கி அவனது ஆட்சியைப் பறிக்காதவரை, தமிழகத்தில் கிழக்கிந்தியக் கம்பெனியார் ஆதிக்கம் செலுத்துவது முடியாத காரியம். வீரபாண்டியன் எளிதில் பணிந்து கொடுக்கமாட்டான். படைப்பலங் காட்டியே அவனைப் பணிய வைக்கவேண்டும். அதற்கு இங்குள்ள படைப்பலம் போதாது. மேலும் இரண்டு பீரங்கிகளும், குதிரைப் பட்டாளமும் தேவை. இதைக் கம்பெனித் தலைவர்களின் கவனத்திற்குக் கொண்டு வருவது என் கடமை. மேல் நடவடிக்கைகளுக்கு. ஆணையை எதிர்பார்க்கிறேன்."

கடிதத்தைக் கண்டு கம்பெனித் தலைவர்கள் கலங்கினர். குமரி முதல் இமயம் வரை ஆதிக்கம் செலுத்தத் தாங்கள் வகுத்துள்ள திட்டம் வீரபாண்டியனுடன் நிகழ்ந்துள்ள போரால் வீணாகிவிடுமோ என அஞ்சினர். எதற்கும் ஜாக்சனை நேரில் வருவித்து நடந்ததை அறிந்து, இனி

நடக்க வேண்டியவற்றை முடிவு செய்யலாம் எனக் கருதி "சிறைப்பட்டுள்ள தானாபதிப் பிள்ளையுடன் திருச்சி வந்து தேரில் சந்திக்கவும்" என்று கலெக்டர் ஜாக்சனுக்குக் கட்டளை யனுப்பினர்.

ஆணையை எதிர்பார்த்திருந்த ஜாக்சன், தானாபதிப் பிள்ளையுடன் காவலர் பலரை அழைத்துக் கொண்டு திருச்சிக்கு விரைந்தான். கம்பெனியின் சார்பாக, இராமலிங்க விலாச நிகழ்ச்சியை விசாரிக்க நியமிக்கப்பட்டிருந்த நீதிமன்றத்தின் முன்னே தானாபதிப் பின்னை நிறுத்தப்பட்டார்; நீதிமன்றத்தின் கட்டளைக்கிணங்க இராமநாதபுரத்தில் நடந்தவற்றைத் தமக்குச் சாதகமான வகையில் திரித்துக் கூறினான் ஜாக்சன். தானாபதிப் பிள்ளை பாஞ்சாலங்குறிச்சிப் பாளையத்தின் தலைமை நிர்வாகியாதலால், வீரபாண்டியக் கட்டபொம்மனின் தவறுகளனைத்துக்கும் அவரே காரணர் என்று சாதித்தான்.

தானாபதிப் பிள்ளை, ஆரம்பம் முதல் அன்று வரை ஜாக்சன் வகுத்த சதிகள் பற்றியும். அவற்றிலிருந்து விடுபட வீரபாண்டியன் நிகழ்த்திய தீரப் போரைப் பற்றியும் விரிவாகக் கூறி, நடந்த குழப்பத்திற்குக் கலெக்டர் ஜாக்சனின் பொறுப்பற்ற தன்மையே காரணமெனத் துணிவுடன் உரைத்தார்; பேட்டி காண வரும்படி அழைத்து, வீரபாண்டியனை ஊர் ஊராகச் சுற்றி அலையச் செய்த 'ஜாக்சனின் சூழ்ச்சிகளை விரிவாகக் கூறினார். சுதந்திரமாக வாழ விரும்புவதைத் தவிர ஆங்கிலேயருக்குத் தாங்கள் எவ்விதத்திலும் பகைவரல்லர்' என்பதையும் விளக்கினார்.

இந்த நிலையில், வீரபாண்டியனின் ஆங்கில நண்பரான டேவிசன் துரை எழுதிய நீண்ட கடிதமும் கம்பெனித் தலைவர்களுக்குக் கிடைத்தது. அதில் அவர், வீரபாண்டியனின் நேர்மையையும், கதந்திர

ஆர்வத்தையும் சிறப்பாகப் புகழ்ந்திருந்ததோடு, இராமலிங்க விலாசம் கலகத்திற்கு ஜாக்சனின் முரட்டுத்தனமே காரணமென்பதையும் வற்புறுத்தியிருந்தார். கம்பெனி அதிகாரிகளின் போக்கு இனியும் இதே முறையில் போய்க் கொண்டிருந்தால், ஆங்கிலேயருக்கும் தமிழருக்கும் ஒரு பெரும் போர் மூளுவது நிச்சயமென்றும் எச்சரித்திருந்தார் டேவிசன் துரை.

கிழக்கிந்தியக் கம்பெனியின் நீதிமன்றத்தார் தானாபதிப் பிள்ளையின் வாக்குமூலத்தைக் கேட்டும், டேவிசன் துரையின் கடிதத்தைப் படித்தும் உண்மையை உணர்ந்தனர். எனவே, இராமலிங்க விலாச நிகழ்ச்சிக்கு கலெக்டர் ஜாக்சனைப் பொறுப்பாளியாக்கி, அவனைப் பதவியிலிருந்து விலக்கி அவனுக்குப் பதிலாக எஸ்.ஆர். லூஷிங்டன் என்பவரைக் கலெக்டராக நியமித்தனர். இந்த விசாரணையின் விளைவாகத் தானாபதிப் பிள்ளையும் விடுதலை செய்யப்பட்டார்.

ஜாக்சனுக்குப் பதிலாகக் கலெக்டர் பதவி ஏற்ற லூஷிங்டன், 1799-ம் ஆண்டு, மார்ச்சுத் திங்கள் 15-ம் நாள் வீரபாண்டியனுக்கு ஒரு கடிதம் எழுதினான். அதில் இராமலிங்க விலாச நிகழ்ச்சியில் கொலையுண்ட கிளார்க் துரையின் குடும்பத்திற்கு இழப்பீடு தரும் பொறுப்பு வீரபாண்டியனுக்குரியதென்றும், மேலும், பாஞ் சாலங்குறிச்சிப் பாளையம் சம்பந்தமாகப் பேசவேண்டி யிருப்பதால், செலுத்த வேண்டிய வரித் தொகையை எடுத்துக் கொண்டு தாமதமின்றி இராமநாதபுரம் வந்து தம்மைக் காணவேண்டுமென்றும் எழுதியிருந்தான்.

வீரபாண்டியன், கலெக்டரின் கடிதம் தனது கைக்குக் கிடைத்த மறுகணமே பின்வருமாறு பதிலெழுதினான்.

"பாஞ்சாலங்குறிச்சியெங்கும் மழையின்மையால் பஞ்சம் ஏற்பட்டுவிட்டது. பஞ்சத்திற்கு அஞ்சிய மக்கள் நிலங்களைத் தரிசாகப் போட்டு விட்டு வெளியேறி

விட்டனர். அவர்கள் திரும்பி வந்து பயிர்த் தொழில் செய்யத் தொடங்கியதும், கம்பனிக்குச் செலுத்த வேண்டிய வரியைத் திரட்டி எடுத்துக் கொண்டு நேரில் வருகிறேன்.

நிற்க. இராமநாதபுரம் குழப்பத்தின் போது நான் ஏறிவந்த பல்லக்கு முதலிய பொருள்களைக் கம்பெனி அதிகாரிகள் கவர்த்து கொண்டனர். அவற்றை உடனடியாக "....திருப்பித் தரவேண்டும்."

இந்தக் கடிதம் கண்டு கம்பெனித் தலைவர்கள் கடுங்கோபங்கொண்டனர். வீரபாண்டியன் தவணை கேட்பது. வரி செலுத்த அன்று: கம்பெனியை எதிர்த்துக் கலகம் செய்யப்பலம் திரட்டவே என்று எண்ணினர்.

இங்ஙனம் வீரபாண்டியக் கட்டபொம்மனுக்கும், கம்பெனியாருக்குமிடையே பகைமை வளர்ந்த வண்ணமிருந்தது. கம்பெனித் தலைவர்கள் ஒல்லும் வழிகளிலெல்லாம் அச்சுறுத்திப் பார்த்தனர். வீரபாண்டியக் கட்டபொம்மனோ மலை கலங்கினாலும் நிலை கலங்காத மாவீரனாக விளங்கினான்.

> "அச்சமில்லை! அச்சமில்லை!
> அச்சமென்ப தில்லையே!
> உச்சிமீது வானிடிந்து
> வீழுகின்ற போதிலும்
> அச்சமில்லை! அச்சமில்லை!
> அச்சமென்ப தில்லையே!"

என்னும் பாரதியார் கூறிய வீரநெஞ்சம் அக்காலத்திலேயே அவனிடம் பொருந்தி இருந்தது.

4. எழுச்சி பிறந்தது!

இந்த நிலையில், இராமநாதபுரத்தில் கம்பெனியாரின் ஆதிக்கத்திற்கெதிராகப் பெருத்த கலகம் மூண்டது. பரம்பரை வழி வந்த பாளையக்காரரான முத்துராமலிங்க சேதுபதியைச் சென்னைக்கு விரட்டி விட்டு, அந்தப் பிரதேசத்தைக் கம்பெனியார் தங்களுடைய நேரடி ஆட்சியில் வைத்துக் கொண்டனர்; கம்பெனிக்கு எதிராகச் சதி செய்ததாகச் சேதுபதி மீது குற்றஞ்சாட்டியே அவருக்கு இந்தக் கொடுமை விளைவித்தனர். இதனால் ஆத்திரம் கொண்ட இராமநாதபுரம் மக்கள் சமயம் வாய்த்த போதெல்லாம் கம்பெனிக்கு எதிராகக் கலகம் செய்து வந்தனர். அப்போது நேர்ந்த கலகம் அதற்கு முன் எப்போதும் கண்டிராத அளவுக்கு மூண்டுவிட்டது.

திருநெல்வேலிச் சீமைப் பாளையக்காரர்கள் பலரும் இந்தக் கலகத்தில் பங்கு கொண்டனர். தென்பாண்டி மக்களின் உள்ளத்தில் சுதந்திர உணர்ச்சி சுடர்விட்டெழுந்ததைக் கண்ட ஆங்கிலேயர்கள் அச்சங் கொண்டனர். பாஞ்சாலங்குறிச்சி வீரபாண்டியனும் இந்தக் கலகத்தில் கலந்துவிட்டால், கிழக்கிந்தியக் கம்பெனிக்கு இந்திய மண்ணில் இறுதிச் சடங்கு செய்யும் காலம் நெருங்கி விடுமென்பதைக் கலெக்டர் லூஷிங்டன் நன்றாக உணர்ந்து கொண்டான். மேலும், இந்தக் கலகத்திற்கு வீரபாண்டியன் மறைமுகமாக உதவி புரிந்து வருவதாக கலெக்டருக்குப் பலர் தகவல் கொடுத்திருந்தனர். கட்டபொம்மனைத்

தனது கண்காணிப்பில் வைத்திருந்தாலொழிய, கலகத்தை அடக்குவது இயலாது என்று கலெக்டர் முடிவு செய்தான். எனவே, கமுதியில் தங்கி இருந்த தன்னை உடனே வந்து காண வேண்டுமென்று வீரபாண்டியனுக்குக் கட்டளை அனுப்பினான். ஆனால், வீரபாண்டியனோ, "இன்று வருகிறேன்; நாளை வருகிறேன்" என்று சாக்குப் போக்குகளைச் சொல்லிக் காலங்கடத்தினான்.

இறுதியாக, ஒரு நாள் வீரபாண்டியன் பாஞ்சாலங்குறிச்சியிலிருந்து புறப்பட்டு விட்டதாகக் கவெக்டருக்குச் செய்தி வந்தது. தம்மைக் காண்பதற்காகவே வீரபாண்டியன் வருவதாகக் கலெக்டர் நம்பினான். ஆனால், பின்னர் அவன் சிவகங்கைக்குச் சென்று விட்டான் என்ற செய்தி கலெக்டரின் காதுக்கு எட்டியது. வீரபாண்டியன் தனது அழைப்பை அசட்டை செய்ததுடன், பாஞ்சாலங்குறிச்சியில் தங்கியிராமல், கம்பெனிக்கு எதிராகக் கலகம் நடந்துவரும் திசைக்குச் சென்றது கலெக்டருக்கு ஆத்திரத்தை மூட்டியது. கலகக்காரர்களுடன் கலந்து கொண்டு ஆங்கிலேயரின் ஆதிக்கத்தை ஒழித்துக் கட்டவே வீரபாண்டியன் சிவகங்கை சென்றிருப்பான் என்று எண்ணினான் லூஷிங்டன்.

சிவகங்கை சென்றிருந்த வீரபாண்டியன், அங்கிருந்து கமுதிக்குத் திரும்பினான். கலெக்டர் தங்கி இருந்த இடத்திலிருந்து கமுதி பதினாறு கிலோ மீட்டர் தொலைவிலிருந்தது. எனவே, உடனே தம்மை வந்து காண வேண்டுமென்று வீரபாண்டியனுக்கு கலெக்டர் கடிதமெழுதினான். பலமுறை தான் அழைப்பு விடுத்திருந்தும் வராததோடு, பதினாறு கிலோ மீட்டர் தொலைவில் வந்திருந்துங்கூடத் தம்மைக் காணவேண்டுமென்ற கருத்தில்லா திருப்பதைப் பற்றி அக்கடிதத்தில் கண்டித்திருந்தான்.

கடிதத்தைக் கண்ட கட்டபொம்மன் கடுஞ்சினம் கொண்டான். 'உடனே வர வேண்டும்' என்ற வார்த்தை அவன் உள்ளத்தை வருத்தியது. "பரதேசி வெள்ளையன் பாளையப்பட்டுத் தலைவனைப் பயமுறுத்துவதா?" என்று மனம் பதறினான். ஆனால், அப்போதிருந்த நிலையில் 'வர முடியாது' என்று சொல்ல அவனுக்குத் துணிவில்லை. எனவே. உடல்நிலை சரியில்லாததால் உடனே புறப்பட்டு வரமுடியாதென்றும் மேலும், அன்றைக்கு நாளும் நன்றாக இல்லையாதவால் மறுநாள் வருவதாகவும் பதில் விடுத்தான்.

வெள்ளையனோ விடுவதாயில்லை; பஞ்சாங்கத்தைப் பார்த்து அன்றைய நாள் நல்ல நாளே என்பதைத் தெரிந்து கொண்டான்; என்றாலும், வீரபாண்டியன் வருவதாக ஒப்புக் கொண்டிருப்பதால், அன்றைக்கே வந்து தீரவேண்டும் என்று வற்புறுத்துவதனால் காரியம் கெட்டு விடலாம் என்று பயந்தான்; ஆனால் மறுநாள் வரும்போது வீரபாண்டியனுடன் வருவோரின் எண்ணிக்கை முப்பது பேருக்கு மேற்படக் கூடாதென்று சொல்லியனுப்பினான். முன்னர் இராமநாதபுரத்தில், ஜாக்சனைப் பேட்டி காண 400 படை வீரர்களுடன் சென்று அவன் வகுத்த சதித் திட்டத்தை முறியடித்து வீரபாண்டியன் வெற்றி பெற்றானல்லனோ? அந்த நிகழ்ச்சி கலெக்டர் லூஷிங்டனுக்கு நினைக்கும் போதெல்லாம். அச்சத்தைத் தந்தது. அதனால்தான் இந்த நிபந்தனையை விடுத்தான்.

ஆனால், பாளையப்பட்டுத் தலைவனுக்குள்ள உரிமைப்படி படையினர் புடைகுழ. விருதுகள் தாங்கிய பரிவாரம் முன்செல்லத் தான் வருவதற்று இசைவளித்தாலன்றி அழைப்பை ஏற்று அங்கு வர முடியாதென்று வீரபாண்டியன் கலெக்டருக்குக் கடிதம் அனுப்பினான். வீரபாண்டியனின் விருப்பத்துக்குக்

கலெக்டர் இசையவில்லை. ஆகவே வீரபாண்டியனும் கலெக்டரைப் பேட்டி காணாது பாஞ்சாலங்குறிச்சிக்குச் சென்றுவிட்டான்.

வீரபாண்டியனின் போக்கு கலெக்டருக்குக் கவலையைத் தந்தது. சின்னஞ்சிறு பாஞ்சாலங்குறிச்சியின் தலைவன் தாடு முழுவதும் ஆதிக்கம் செலுத்தும் ஆங்கிலக் கம்பெனியை ஒவ்வொரு கட்டத்திலும் அவமதித்து வருவதைக் கண்டு அவன் ஆத்திரங் கொண்டான்; வீரபாண்டியனிடம் போர் செய்வதைத் தவிர்ப்பதற்குத் தான் எத்தனையோ வழிவகைகள் செய்தும், அத்தனையும் பாழானதை எண்ணி வருந்தினான்.

பாஞ்சாலங்குறிச்சி வரி வாங்குவதைச் சில நாளைக்குத் தள்ளி வைக்கவும் கலெக்டர் ஆயத்தமாக இருந்தான்; ஆனால், தென்பாண்டி நாட்டில் கம்பெனியாருக்கு எதிராகக் கிளம்பிய கலகங்களிவெல்லாம் வீரபாண்டியக் கட்டபொம்மன் தொடர்பு கொண்டிருந்தான் என்று நம்பியதால், அவனை முதலில் முடித்துக் கட்டத் திட்டமிட்டான். சென்னையிலுள்ள கவர்னருக்கு அவசரமாக ஒரு கடிதம் எழுதினான் கலெக்டர் ஹூஷிங்டன்; அதில், பாஞ்சாலங்குறிச்சித் தலைவனை அடக்குவதற்கான படைப் பலத்தைத் திரட்டி அனுப்ப வேண்டுமென்றும், தாமதித்தால் நிலைமை மோசமாகும் என்றும் தெரிவித்தான்.

அப்போது சென்னையில் கவர்னராக இருந்தவன், இந்தியா அடிமைப்படுவதற்குக் காரண கர்த்தராயிருந்த லார்டு கிளைவின் மகனாவான். அவன் பெயர் லார்ட் எட்வர்ட் கிளைவ். கவெக்டரின் கடிதம் கிடைத்ததும், கவர்னர் தன் அதிகாரிகளை அழைத்து மந்திராலோசனை செய்தான். பாளையங் கோட்டையிலிருந்து நன்கு

பயிற்சி பெற்ற படைவீரர்களை மேஜர் பானர்மென் தலைமையில் பாஞ்சாலங்குறிச்சிக்கு அனுப்புவதென்று கவர்னரின் மந்திராலோசனை சபை முடிவு செய்தது. திருநெல்வேலிச் சீமையில் கலெக்டருக்குரிய அதிகாரங்கள் எல்லாம் நீக்கம் செய்யப்பட்டுப் போர் நிகழ்த்துவதுட்பட எல்லா அதிகாரங்களும் மேஜர் பானர்மெனுக்கே அளிக்கப்பட்டன.

மேஜர் பானர்மென் சர்வாதிகாரம் பெற்றுப் படையெடுக்கப் போகும் செய்தி, 1799-ம் ஆண்டு ஆகஸ்துத் திங்கள் 14-ம் நாள் திருநெல்வேலிச் சீமையெங்கும் அறிவிக்கப்பட்டது. தளபதி பானர்மென், பாஞ்சாலங்குறிச்சி மீது படையெடுக்க ஆயுத்தமாகிவிட்டான்; என்றாலும் படையெடுக்கு முன்னர் வீரபாண்டியனைப் பாஞ்சாலங்குறிச்சியிலிருந்து வெளியேற்றினாலன்றித் தனக்கு வெற்றி கிடைக்காது என்று எண்ணினான்.

மேலும், கிழக்கிந்தியக் கம்பெனித் தலைவர்கள் வீரபாண்டியனுக்கு எத்தகைய உடற்சேதமோ, உயிர்ச்சேதமோ இன்றி அவனைச் சிறை பிடித்துச் சென்னைக்குக் கொண்டுவர வேண்டுமென்று பானர்மெனுக்கு ஆணையிட்டிருந்தனர். ஆகவே, கம்பெனிப் படைகள் பாஞ்சாலங்குறிச்சியைப் போர்க்களமாக்குமுன் வீரபாண்டியனைச் சமரசம் பேசுவதாகப் பாசாங்கு செய்து பாளையங்கோட்டைக்கு அழைத்து வரத் திட்டமிட்டான் தளபதி பானர்மென்; தாமதமின்றிப் பாளையங்கோட்டைக்கு வந்து தன்னைப் பார்க்க வேண்டுமென்று ஒரு தூதுவன் மூலம் வீரபாண்டியனுக்குச் சொல்லியனுப்பினான்.

வீரபாண்டியன் சிறந்த அரச தந்திரி; வெள்ளையரின் சூழ்ச்சிகளனைத்தும் நன்குணர்ந்தவன். எனவே,

பாளையங்கோட்டை சென்றால், பானர்மென் தன்னைச் சிறைப்படுத்துவது நிச்சயமென்பதை அவன் தனது நுண்ணிய அறிவால் திண்ணமாக அறிந்தான். ஆயினும், பானர்மெனின் அழைப்பிற்கு வரமுடியாது என்று கண்டிப்பாகச் சொல்லாமல், வருவதாக ஒப்புக்கொண்டு, அன்று நாள் தன்றாக இல்லையாதலால், நல்ல நாள் பார்த்து ஒரு வாரத்திற்குள் பாளையங்கோட்டைக்கு வருவதாகப் பானர்மெனுக்குத் தெரிவிக்குமாறு தூதுவனிடம் சொன்னான்.

தூதுவன் திரும்பிச் சென்ற மறுகணமே, வீரபாண்டியன் தூத்துக்குடி விரைந்தான்; அங்குத் தன் தெருங்கிய நண்பரான டேலிசன் துரையைக் கண்டு நிலைமையை விளக்கிக் கூறி, மேலே நடக்க வேண்டியவை பற்றி ஆலோசனை கேட்டான். "தாதமின்றிப் பாளையங்கோட்டை சென்று பானர்மெனைக் கண்டு பேசிச் சமரசம் செய்து கொள்வதே சண்டையைத் தவிர்ப்பதற்குள்ள ஒரே வழி' என்று டேவிசன், வீரபாண்டியனுக்கு யோசனை கூறினார். ஆனால், எப்பொருள் யார் யார் வாய்க் கேட்பினும் அப்பொருளில் மெய்ப் பொருள் காணும் அறிவுடைய வீரபாண்டியன், டேவிசன் துரையின் ஆலோசனையை ஏற்க மறுத்துவிட்டான். என்றாலும், மாப்பிள்ளை வன்னியர் என்பவரை பானர் மெனிடம் தூது அனுப்பி சமரசம் பேசச் சம்மதித்தான்.

அதன்படி வீரபாண்டியனின் தூதுவரான வன்னியர் என்பார், பாளையங்கோட்டை சென்று தளபதி பானர்மெனைக் கண்டு நேர்மையான முறை யில் சமரசம் செய்து கொள்ள வீரபாண்டியன் விரும்புவதாகக் கூறினார். ஆனால், பானர்மென் வன்னியரிடம் சமரசம் பேசாது அவரைத் தமது காவலர் மூலம் கைது செய்து சிறைப்படுத்தினான்.

வீரபாண்டியன் தனது சூழ்ச்சியில் சிக்கி பாளையங்கோட்டைக்கு வரமாட்டான் என்பதைப் பானர்மென் தெளிவாகத் தெரிந்துகொண்டான். மேலும், பாஞ்சாலங்குறிச்சியான், பஞ்சாங்கத்தில் நாள் பார்ப்பதாகச் சொல்வதெல்லாம் தன்னை ஏய்ப்பதற்கான பாசாங்கே என்பதை பானர்மென் புரிந்து கொண்டான். எனவே, இனியும் கட்டபொம்மன் பேட்டிக்கு வருவான் என்று காத்திருப்பது அவனது கையைப் பலப்படுத்தி விடுமென்றெண்ணி உடனே படையெடுக்கத் துணிந்துவிட்டான். பானர்மென், அந்தச் சமயத்தில் அவசரமாகப் படையெடுக்கத் துணிந்ததற்கு மற்றொரு காரணமுமுண்டு.

தேவி ஜக்கம்மாள், பாஞ்சாலங்குறிச்சி பாளையக்காரர்களின் குலதெய்வமாவாள். ஜக்கம்மாளி வழிபாடு, வீரவழிபாடாகவே இருந்துவந்தது. பானர்மென் பாஞ்சாலங்குறிச்சி மீது படையெடுக்கத் துணிந்த சமயம், திருச்செந்தூரில் தேவி ஜக்கம்மாளுக்கு திருவிழா நடக்கும் காலமாகும். அந்தத் திருவிழாவுக்காக வீரபாண்டியனின் தம்பியரான தளவாய் குமாரசாமி, ஊமைத்துரை

ஆகியோரும், மற்றும் அமைச்சர் பலரும், உறவினரும் திருச்செந்தூர் சென்றிருந்தனர். பாஞ்சாலங்குறிச்சிப் படை வீரர்களிலும் பாதிப்பேர் அந்த விழாவுக்குப் போயிருந்தனர். வீரபாண்டியன் படைப் பலமும், அமைச்சர்களின் பக்கபலமுமின்றிப் பாஞ்சாலங்குறிச்சிக் கோட்டையில் தனித்திருந்தான்.

அந்த நிலையைப் பானர்மென் அறிந்திருந்ததால்தான் பாஞ்சாலங்குறிச்சி மீது அவசரமாகப் படையெடுத்தான். பானர்மென், தான் படையெடுக்கும் நேரத்தை வீரபாண்டியனுக்கு அறிவிக்கவுமில்லை. அது மட்டுமா? பகலில் படையெடுத்தால் பாஞ்சாலங்குறிச்சி மன்னன் எச்சிரிக்கையாகி விடுவானென்று அஞ்சிக் கதிரவன் மறைந்து காரிருள் சூழ்ந்த நேரத்தில் தன் படைகளைக் காற்று வேகத்தில் கொண்டு சென்று நள்ளிரவுக்குள் பாஞ்சாலங்குறிச்சி எல்லையை அடைந்து விட்டான்.

அவனுடன் தளபதி ஓரில்வி புரூஷ், லெப்டினன்ட் டெல்லாஸ், காலின்ஸ் டக்ளஸ், டார்மீக்ஸ் பிளாக், பிரவுன் ஆகிய ஆங்கிலேயர்கள் துணைத் தளபதிகளாகச் சென்றனர். பானர்மெனின் படை பாஞ்சாலங்குறிச்சியில் புகுந்த நாள், 1799-ம் ஆண்டு செப்டம்பர் மாதம் 4-ம் தாளாகும்.

5. போர் தொடங்கிவிட்டது!

வீரபாண்டியன், உளவறிவதற்காகத் தன் ஒற்றர்களைப் பாளையங் கோட்டையில் முன்னரே அமர்த்தியிருந்தான். அந்த ஒற்றர்கள் பானர்மென் படையெடுத்து வரும் செய்தியை, அந்தப் படை பாஞ்சாலங்குறிச்சியில் புகு முன்பே வீரபாண்டியனுக்கு எட்டும்படி செய்தனர். இந்தச் செய்தி நள்ளிரவில் வீரபாண்டியனுக்குக் கிடைத்தது. செய்தி கிடைத்த மறுகணமே, "விடிவதற்குள் வெளி யிலுள்ள நம் படை வீரர்கள் அனைவரும் கோட்டைக்குள் திரண்டுவிட வேண்டும்" எனப் பாஞ்சாலங்குறிச்சி முழுவதும் முரசறையச் செய்தான் வீரபாண்டியன். ஆனால், பாஞ்சாலங்குறிச்சிப் படைகள் கோட்டைக்குள் திரளுமுன்பே கம்பெனிப் படைகள் கோட்டையைச் சூழ்ந்து முற்றுகை யிட்டு விட்டன. குதிரைப் படை யினரும் காலாட் படையினரும் தனித்தனியே அணி வகுத்து நின்றனர். லெப்டினன்ட் டல்லாஸ் என்பவனே அப்படைகளின் தலைவனாக நின்றான்.

பாஞ்சாலங்குறிச்சிப் படையினர் கோட்டைக்கு உள்ளேயும் வெளியேயுமாகப் பிளவு பட்டு விட்டனர். விரபாண்டியன் முரசறைந்த பேரொலி கேட்டுத் திருச்செந்தூரிலிருந்த ஊமைத்துரையும், மற்ற உறவினரும், படை வீரர்களும் பாஞ்சாலங்குறிச்சிக்கு விரைந்து வந்தனர். ஆனால், வந்தவர்கள் உள்ளே புக முடியாமல் வெள்ளையரின் படைகள் கோட்டையை முற்றுகை

டாக்டர் ம.பொ.சிவஞானம்

விட்டிருந்தன. என்றாலும் அந்த முற்றுகையைக் கடந்து ஊமைத்துரையும் மற்றும் படைவீரர் சிலரும் உள்ளே சென்றுவிட்டனர்.

தளபதி பானர்மென் பாளையங்கோட்டையிலிருந்து பாஞ்சாலங்குறிச்சி மீது படையெடுக்கப் புறப்பட்டபோது வீரபாண்டியனின் ஆலோசகரான தானாபதிப் பிள்ளை ஆற்றூர் என்னும் சிற்றூரில் தங்கியிருந்தார். அவரைச் சிறைப் பிடித்து வருமாறு நூறு வீரர்களை அனுப்பி யிருந்தான் பானர்மென். படையினர் வரும் செய்தியைத் தானாபதிப் பிள்ளை எப்படியோ முன் கூட்டியே அறிந்து கொண்டார். எனவே, வெள்ளைப் படையினர் வருமுன்னர் ஆற்றூரை விட்டு வெளியேறிப் பாஞ் சாலங்குறிச்சிக் கோட்டைக்குள் நுழைந்து விட்டார் தானாபதிப் பிள்ளை. ஆனால், வெறி பிடித்த வெள்ளைப் படையினர் தானாபதிப் பிள்ளையின் மனைவி மக்களைக் கொடுமைப்படுத்தியதோடு அவர்களைச் சிறைப்பிடித்து சென்னைக்கு அனுப்பிவிட்டனர்.

கோட்டையை முற்றுகை செய்த தளபதி பானர்மென்; இன்னும் அரைமணி நேரத்தில் வீரபாண்டியன் தம்மிடம், அடைக்கலமடைய வேண்டுமென்றும், இல்லையேல் கோட்டையை இடித்துத் தகர்த்து உள்ளே புகுந்து அவனைச் சிறைபிடிக்கப் போவதாகவும் தனது மொழிபெயர்ப்பாளரான இராமலிங்க முதலியார் மூலம் வீரபாண்டியனுக்கு அறிவிக்கச் செய்தான்.

வீரபாண்டியன் சரணாகதிக்கு ஒப்பவில்லை. "நாடோடிகளாய் வந்த கூட்டத்தாரிடம் நாடாளும் வேந்தன் சரணடைவதா? நிறத்தாலும் அந்நியன்; வாழ்க்கை நெறியாலும் அந்நியன்; பேசும் மொழியாலும் அந்நியன்; பிறந்த நாட்டாலும் அந்நியன்; அத்தகைய அந்நியனிடம் சரணடைவதைவிட, சமரில் சாவதே மேல்?" என்று ஆண்மையுடன் பேசினான் வீரபாண்டியன்.

தாது சென்ற 'துவிபாஷி' இராமலிங்க முதலியார், வீரபாண்டியன் சரணாகதிக்கு இணங்க மறுத்த செய்தியைப் பானர்மெனிடம் தெரிவித்தார். அதற்கு முன்பே பானர்மென், பாஞ்சாலங்குறிச்சிக் கோட்டையைத் தாக்குவதைப் பற்றித் தன்னுடைய துணை தளபதிகளுடன் ஆலோசித்து திட்டமிட்டிருந்தான். எனவே, வீரபாண்டியன் அடைக்கலமடைய மறுத்த செய்தியறிந்ததும் பானர்மென் படையினர் பாஞ்சாலங்குறிச்சிக் கோட்டையின் தெற்கு வாயிலைத் தாக்கத் தொடங்கினர்.

பீரங்கிகள் கோட்டை மீது குண்டு மழை பொழிந்தன. அதே சமயத்தில், லெப்டினன்ட் டல்லாஸ் மற்றொரு பகுதிப் படையுடன் வடக்கு வாயிலைத் தாக்கினான். பகைவனுக்குத் தானாகத் திறவாத பாஞ்சாலங்குறிச்சியின் வீரத் திருவாயில், வெள்ளையரின் குண்டுகளுக்கு ஆற்றாது வீறிட்டலறும் ஒலியுடன் உடைபட்டுத் திறந்தது.

தெற்குப் புறத்து வாயிலைத் தகர்க்கும் படைக்குத் தலைமை தாங்கியவன் லெப்டினன்ட் காலின்ஸ் என்னும் ஆங்கிலேயனாவான். அவனைத் தமிழர் "காலன்" என்றே அழைப்பர். தெற்கு வாயிற் கதவுகள் தகர்த்து விழுந்தன, "காலன் உள்ளே செல்ல முயன்றான். ஆனால், கோட்டைக் கதவுக்கு உட்புறம் காத்திருந்த வீரபாண்டியனின் தீரப் படையினரில் ஒருவன் காலன் மீது ஈட்டியைப் பாய்ச்சினான். மார்பில் புகுந்த ஈட்டி, முதுகு வழியாக வெளிவந்து அவனுக்குப் பின்னே நின்ற வெள்ளைப் படையினருக்குத் தமிழரின் வீரத்தை உணர்த்தியது. ஆம், வீரபாண்டியனின் கோட்டை வாயிலுக்கு முதற் பலியானான் லெப்டினன்ட் காலின்ஸ். இந்த வீரச் செயல் புரிந்த தமிழனின் பெயர் வெள்ளையத் தேவன் ஆகும்.

இந்த நிகழ்ச்சியால் கோட்டையைத் தகர்த்துவிட்டோம் என்று இறுமாந்திருந்த பானர்மெனின் எண்ணத்தில் இடி விழுந்தது போலாயிற்று. எனவே, ஆத்திரங் கொண்ட பானர்மென் வெள்ளையத் தேவனைப் பிடித்துத் தருவோருக்கு ஐயாயிரம் ரூபாய் பரிசு தருவதாக

டாக்டர் ம.பொ.சிவஞானம் ♦ 37

அறிக்கை வெளியிட்டான். வெள்ளையத் தேவனின் மாமனே, பணத்திற்கு ஆசைப்பட்டு அவனைக் காட்டிக் கொடுத்து விட்டானாம்! பிரித்தாளும் தந்திரத்தில் வெற்றி பெற்ற கம்பெனித் தலைவர்கள். பிடிபட்ட வெள்ளையத் தேவனைத் தூக்கிலிட்டுக் கொன்றனர்.

கோட்டை வாயில் தகர்க்கப்பட்ட பின்னரேனும் வீரபாண்டியன் அச்சம் கொண்டு தன்னிடம் அடிபணிவானென எதிர்பார்த்தான் தளபதி பானர்மென். ஆனால், நிகழ்ச்சி வேறு விதமாக இருந்தது. கோட்டைக்குள் அணிவகுத்து நின்ற வீரபாண்டியனின் படையினர், பானர்மெனின் படைகளைத் தாக்கிப் பல மணி நேரம் வீரப்போரிட்டனர். அந்தப் போரில் கம்பெனிப் படைகளுக்கு ஏற்பட்ட சேதம் கணக்கிலடங்கா.

தளபதி பானர்மென் பாளையங்கோட்டையிலிருந்து படை திரட்டிப் புறப்பட்டபோது, பயிற்சி பெற்ற தன்னுடைய படை வீரர்கள் ஒரு மணி நேரப் போரிலேயே பாஞ்சாலங்குறிச்சியைக் கைப்பற்றி வீரபாண்டியனையும் சிறைப் பிடித்து விடுவார்கள் என்று திண்ணமாக எண்ணினான். ஆனால் ஏழு மணி நேரம் போரிட்டும் அவன் எண்ணம் ஈடேறவில்லை. துணைத் தளபதி 'காலன்' பலியானான்; ஆபிரக்ணக்கான படைவீரர்கள் மாண்டு போயினர். குண்டுகள் அனைத்தும் தீர்ந்து விட்டதால், பீரங்கிகள் வேலையற்றுக் கிடந்தன. இவைதாம். படையெடுப்பதால் பானர்மென் கண்ட பலன். பாஞ் சாலங்குறிச்சிக் கோட்டைக்குள் பதுங்கியிருந்த தமிழ் வீரர்கள், வெள்ளைத் தளபதி பானர்மெனின் இறுமாப்பை அழித்தனர்.

மேலும் பல பீரங்கிகளையும், பயிற்சி பெற்ற வீரர்களையும் அனுப்புமாறு பாளையங்கோட்டைக்குச் செய்தி அனுப்பிவிட்டு போரை நிறுத்திக் கொண்டான் தளபதி பானர்மென். இறந்தவர் போக எஞ்சியிருந்த வெள்ளைப் படையினர், வீரபாண்டியனின் படைகள் கோட்டையை விட்டு வெளியே வராதவாறு மதிலைச் சுற்றிக்

காவல் காத்தனர். அதே நேரத்தில் கோட்டைக்குள்ளே வெற்றி முரசம் விண்ணதிய ஒலித்தது. 'காலனை'க் கொன்றதிலே வீரபாண்டியனின் படையினருக்கு மட்டற்ற மகிழ்ச்சி. ஆனால் பாளையங்கோட்டையிலிருந்து பீரங்கிகள் வருமானால் பாஞ்சாலங்குறிச்சி என்னவாகும் என்பதைப் பற்றி அவ்வீரர்கள் எண்ணிப்பார்த்தார்களில்லை. இரவு முழுவதும் தீரப் போர் புரியும் தம் வீரப்படைகளுக்குப் பக்கத்திலிருந்து ஊக்கமளித்து வந்த வீரபாண்டியன் இந்த வெற்றியைக் கண்டு மனம் பூரிக்கவில்லை. பானர்மென் எதிர்பார்ப்பது போல் பாளையங்கோட்டை யிலிருந்து பீரங்கிப் படைகள் வந்து பாஞ்சாலங்குறிச்சிக் கோட்டையைத் தாக்குமானால் இந்த வெற்றி விரைவில் தோல்வியாக மாறிவிடலாம் என்பதை வீரபாண்டியன் நன்றாக உணர்ந்தான்.

தானபதிப் பிள்ளையும் வீரபாண்டியனும் மேற்கொண்டு செய்ய வேண்டியதைப் பற்றி ஆலோசித்தனர். பாளையங்கோட்டையிலிருந்து பீரங்கிப் படை வந்தால் பானர்மெனை வெல்வது கடினமென்றும், அப்படை வருமுன்பே கோட்டையிலிருந்து வெளியேறுவதே நல்லது என்றும் தீர்மானித்தனர்.

கிழக்கிந்திய வெள்ளைக் கம்பெனியை எதிர்த்து ஒரு நீண்ட காலப் போருக்குத் தமிழ் நாட்டை ஆயத்தமாக்குவதே தன்னை எதிர்நோக்கியுள்ள வேலையென எண்ணினான். அன்று மூண்டிருந்த போர், பானர்மெனுக்கும் வீரபாண்டியனுக்கும் உள்ள தனிப்பட்ட போரன்று. அல்லது பாஞ்சாலங்குறிச்சி மக்களுக்கும் கிழக்கிந்தியக் கம்பெனிக்கும் மட்டும் நேர்ந்துள்ள குழப்பமுமன்று, குமரி முதல் இமயம் வரை பரந்து கிடக்கும் பாரத நாட்டை அடிமைப்படுத்த முயன்ற ஆங்கிலேயக் கூட்டத்துக்கும், அந்தப் பாரத நாட்டை ஆளப் பிறந்த இத்திய மக்களுக்கும் நேர்ந்துள்ள அரசியல் போராகும். இதை வீரபாண்டியன் தெளிவாக

உணர்ந்திருந்தான். எனவே, நீண்ட கால உரிமைப் போருக்குத் தமிழகம் முழுவதையும் தட்டியெழுப்பப் பாஞ்சாலங்குறிச்சியிலிருந்து வெளியேறினான்.

வீரபாண்டியன் கோட்டையிலிருந்து வெளியேதும் போது இரவு பத்தரை மணியிருக்கும். அவன் தனித்துச் செல்லவே விரும்பினான். என்றாலும் தம்பிமார், தளபதிகள், தானாபதிப் பிள்ளை ஆகியோர் துணைவர்களாகப் பின் தொடர்ந்தனர்.

பொழுது விடிந்ததும் "வீரபாண்டியன் தப்பியோடி விட்டான்" என்ற செய்தியை அறிந்தான் பானர்மென். அவனுக்கு உண்டான ஆத்திரத்திற்கு அளவேயில்லை; ஆயினும் தளர்ச்சியடையாமல் வீரபாண்டியனைக் கண்டு பிடிக்கும் வேலையில் கவனத்தைச் செலுத்தினான். வீரபாண்டியன் வடக்கு நோக்கியே சென்றிருப்பான் எனக் கருதி, அவன் சென்ற வழி யிலுள்ள பாளையக்காருக்கெல்லாம் கடிதம் எழுதினான் பானர்மென்.

அந்த பாளையக்காரர்களிலே வீரபாண்டியனுக்குப் பகைவர்களும் உண்டு; நண்பர்களுமுண்டு. எனவே, பிரித்தாளும் சூழ்ச்சியில் பெயர் பெற்ற பானர்மென், பகைவராயிருந்தவர்களுக்கு "வீரபாண்டியனைப் பிடித்துக் கொடுத்தால் தக்க பரிசு தருவோம்" என்றும், நண்பர்களா யிருந்தவர்களுக்கு 'வீரபாண்டியனிடம் சமரசம் பேச வேண்டும்; தங்களிடம் வந்திருந்தால் தகவல் கொடுங்கள்' என்றும் கடிதங்கள் எழுதினான்.

வீரபாண்டியன் வெளியேறிய பிறகு, பாஞ்சாலங்குறிச்சிக் கோட்டையைக் கைப்பற்றி அதில் முன்னாளிரவு நடந்த போரில் படுகாயமடைந்த வீரர்களை மருத்துவத்திற்காக நிறுத்தி வைத்து, எஞ்சிய வீரர்களுக்குக் கட்டபொம்மனைப் பிடித்து வருமாறு கட்டளையிட்டான் பானர்மென்.

எட்டையபுரம், தென்பாண்டி நாட்டுப் பாளையங்களில் ஒன்று, அதன் மன்னன் எட்டப்பன் என்பான், கிழக்கிந்தியக் கம்பெனியின் நண்பனாவான். அன்பினாலன்று; ஆங்கிலேயரிடம் கொண்ட அச்சத்தால், வீரபாண்டியனைத் தேடிப் பிடிக்குமாறு கம்பெனியிடம் நட்புக் கொண்டுள்ள பாளையக்காரருக்கெல்லாம் எழுதியபடி, எட்டப்பனுக்கும் கடிதம் எழுதியிருந்தான் தளபதி பானர்மென்.

சுடிதத்தைக் கண்டதும், பயிற்சி பெற்ற சிப்பாய்கள்சிலரை உடனே அனுப்பினால், வீரபாண்டியனைத் தன்னால் தேடிப்பிடிக்க முடியுமென்று பானர்மெனுக்குப் பதிலெழுதினான் எட்டப்பன். பானர்மென், துணைத் தளபதி டல்லாஸைச் சில குதிரை வீரர்களுடன் எட்டையபுரம் அனுப்பி வைத்தான். டல்லாஸின் படை வந்து சேரும் வரை பொறுத்திராமல் எட்டப்பன் தன் படையினரைக் கொண்டே வீரபாண்டியனைத் தேட முயன்றான். தன்னைப் போன்ற சிற்றரசனை அந்தியருக்குக் காட்டிக் கொடுப்பதில் எட்டப்பனுக்கிருந்த மகிழ்சிதான் என்னே! தனது பாளையத்துக்குக் கேடு நேராமல் காக்கவும், ஆங்கிலேயரின் நல்லெண்ணத்தைப் பெறவும் தமிழகத்தின் தலை சிறந்த வீர மகனை – தமிழரின் உரிமையையும் காக்கத் தனது உயிரையும் அரசாளும் உரிமையையும் அற்பமென மதித்த வீரபாண்டியனை இந்திய நாட்டைக் கொள்ளையடிக்க வந்த வெள்ளையரிடம் பிடித்துக் கொடுக்க முனைத்தான் எட்டப்ப நாயக்கன்.

கோலார்பட்டிப் பாளையக்காரரான இராஜகோபால் நாயக்கர் இல்லத்தில் வீரபாண்டியன் தங்கி இருப்பதாக எட்டப்பனுக்குச் செய்தி கிடைத்தது. உடனே துணைத்தளபதி டல்லாஸுடன் கோலார்பட்டியை நோக்கி விரைந்து சென்றான் எட்டப்பன். வீரபாண்டியன், பாஞ்சாலங்குறிச்சியை விட்டுப் புறப்பட்டதும், சென்னைக்குச் செல்லும் வழியில் சற்று ஓய்வு பெற விரும்பிக் கோலார்பட்டிப் பாளையக்கார இல்லத்தில்

தங்கினான். ஆனால் போராடுவதற்காகவே பிறந்த அவனுக்கு ஓய்வேது? டல்லாஸும், எட்டப்பனும் நூற்றுக்கணக்கான படை வீருடன் வீரபாண்டியன் தங்கி யிருந்த அரண்மனையைச் சூழ்ந்தனர். வீரபாண்டியன் மேன்மாடியில் நின்று பகைவரின் படையைக் கண்டான்; ஆனால் கலங்கவில்லை; தன்னையொத்த பாளையப்பட்டுத் தலைவனும், தன்குலத்தானுமான எட்டப்பய நாயக்கன், ஆங்கில வெள்ளையனுக்குப் பரிந்து தன்னைச் சிறைப்பிடிக்க வந்திருப்பதைக் கண்டு கடுஞ் சினம் கொண்டான்; தன்னைச் சுற்றியிருந்த தம்பியர், தானாபதிப் பிள்ளை, தளபதிகள் ஆகியோரை நோக்கி 'நாம் நம்பிப் புகுந்த இடம் நமது பகைவரைச் சந்திக்கும் போக்களமாகி விட்டது; இனி அஞ்சிப் பயனில்லை. ஆண்மையுடன் எதிர்த்துப் போர் புரியுங்கள். வாள்முனை காட்டித் தப்பாவிடில் இனி வாழ்வதரிது' எனக்கூறி வாளைக் உருவிக் கையிலேந்தி, அரண்மனைக்கு வெளியே வந்தான்.

எட்டப்பனின் படை வீரர்கள், அவன் மீது பாய்ந்து பிடிக்க முயன்றனர். விரபாண்டியன் தன் கைவாளால் அவர்களை வெட்டி வீழ்த்தினான். பின்னர் வீரபாண்டியனுக்கும் எட்டையபுரம் படையினருக்கும் பயங்கரப் போர் நடைபெற்றது. இந்தப் போரில் இரு தரப்பிலும் சிலர் மாண்டனர்; பலர் படுகாயமுற்றனர். இறுதியில் வீரபாண்டியன் குதிரை மீதேறித் தப்பியோடி விட்டான். அவனுடன் ஊமைத்துரை உள்பட அறுவர் தப்பியோடி விட்டனர். ஆனால், தானாபதிப் பிள்ளை, அவர் தம்பி வீரபத்திரப் பிள்ளை உட்பட இருபத்து நான்கு பேர் தப்பியோட முயன்றும் முடியாமற் போனதால் சிறை பிடிக்கப்பட்டனர்.

வீரபாண்டியன் பிடிபடும் நேரத்தில் தப்பி விட்டான் என்ற செய்தி பானர்மெனுக்கு வருத்தத்தைத் தந்ததென்றாலும், தானாபதிப் பிள்ளையைச் சிறைப்படுத்தி விட்ட செய்தி அவனுக்கு ஆறுதலைத்தந்தது. பிள்ளையைச்

சிறைபிடித்துக் கொடுத்ததற்காக எட்டையபுரத்தாருக்குத் தக்க பரிசுகள் வழங்கினாள் பானர்மென்.

வீரபாண்டியன் வெள்ளையருக்கெதிராகப் போர்க்கோலங் கொள்ளக் காரணமாயிருந்தவர் தானாபதிப் பிள்ளைதான் என்பது பானர்மெனின் நினைப்பு. எனவே பிடிபட்ட தானாபதிப் பிள்ளையின் தலையை வெட்டி, அதைப் பாஞ்சாலங்குறிச்சி மக்கள் காணப் பவனி கொண்டு செல்ல வேண்டுமென்று பானர்மென் ஆணையிட்டான். ஆனால் தண்டனை உடனே நிறைவேற்றப்படாமல் தள்ளி வைக்கப்பட்டது.

வீரபாண்டியனுடன் சேர்ந்து கம்பெனி ஆதிக்கத்தை எதிர்த்ததாகக் கூறி, நாகலாபுரம் பாளையக்காரரின் தம்பியான சௌந்தரபாண்டியனைக் கைது செய்தான் தளபதி பாளர்மென்.

முன்னரே காவலில் வைக்கப்பட்டிருந்த தானாபதிப் பிள்ளை, சௌந்தர பாண்டியன் ஆகிய இருவருடைய குற்றங்களையும் விசாரித்துத் தீர்ப்பளிக்கத் தென்னாட்டிலுள்ள எல்லாப் பாளையக்காரர்களின் ஆலோசகர்களையும் வரவழைத்து வழக்கு மன்றம் நடத்தினான் தளபதி பானர்மென்.

தானாபதிப் பிள்ளையும், சௌந்திர பாண்டியனும் விசாரிக்கப்பட்டனர். அவ்விருவரும் தாங்கள் கிழக்கிந்தியக் கம்பெனிக்கு விரோதமாக செய்த குற்றங்களை ஒப்புக் கொண்டனர். ஆயினும் சௌந்திர பாண்டியன் தான் செய்த குற்றங்களுக்காக வருத்தம் தெரிவிக்க மறுத்துவிட்டான். தானாபதிப் பிள்ளை மட்டும், வீரபாண்டியனுக்கும் தமக்கும் கம்பெளியாரை எதிர்ப்பதில் கருத்து வேற்றுமை உண்டென்றும். அவனிடமிருந்து தான் விலகிக் கொள்ள நினைத்திருந்த நேரத்தில் சிறைப் பட்டதாகவும் சமாதானம் கூறினார்.

அந்தச் சமாதானத்தை ஏற்றுக்கொள்ள மறுத்துத் தானாபதிப் பிள்ளை, சௌந்திரபாண்டியன் ஆகிய

டாக்டர் ம.பொ.சிவஞானம் ● 43

இருவருக்கும் தூக்குத் தண்டனை விதித்ததோடு, அவர்கள் உடைமைகளையும் பறிமுதல் செய்யுமாறு கட்டளை யிட்டான் தளபதி பானர்மென். வீரபாண்டியன் 'அரசத் துரோகி' என்றும் அவனுக்கு யாரும் அடைக்கலம் தரக் கூடாதென்றும் தென்னாடு முழுவதும் பறையறைந்து அறிவிக்கும்படி தன் கீழதிகாரிகளுக்கு ஆணை யிட்டான். இவ்வளவு செய்தும்கூட வீரபாண்டியன் பிடிபடவில்லையே என்ற வேதனை, வெள்ளையர்கள் அத்தனை பேரையும் வாட்டியது. எப்படியேனும் அவனை விரைவில் சிறைப்பிடித்துச் சென்னைக்குக் கொண்டுவர வேண்டுமென்று தளபதி பானர்மெனைத் தொந்தரவு செய்தவண்ணமிருந்தனர் கம்பெனித் தலைவர்கள்.

கட்டபொம்மன் புதுக்கோட்டை சமஸ்தான எல்லை யிலுள்ள காடுகளில் சுற்றித் திரிவதாகவும், அங்குள்ள மறவர்களைப் படை திரட்டி விரைவில் பாஞ்சாலங்குறிச்சி செல்லப்போவதாகவும் தளபதி பானர்மெனுக்கு செய்தி கிடைத்தது. எனவே, கட்டபொம்மன் இருக்குமிடம் தேடி செய்தியனுப்புமாறு புதுக்கோட்டை மன்னனுக்கும் கடிதம் எழுதினான் தளபதி பானர்மென்.

இதற்கிடையில் பாஞ்சாலங்குறிச்சியில் வெள்ளையரின் பேயாட்சி தலை தூக்கியது. வீரபாண்டியனின் உரிமைச் சொத்துக்கள் உட்பட அவன் உறவினரின் உடைமைகள் அனைத்தும் பறிமுதல் செய்யப்பட்டன. கம்பெனிக்கெதிரான கலகத்தில் ஈடுபடாத சிலருடைய சொத்துக்களும் சிப்பாய்களால் சூறையாடப்பட்டன. வீரபாண்டியனின் அன்னை, தம்பியர், மனைவி ஆகியோர் உட்பட அவனுடைய உறவினர் இருபத்திரண்டு பேர் ஆண்களும் பெண்களுமாக டேவிசன் துரையிடம் அடைக்கலம் புகுந்தனர். பாஞ்சாலங்குறிச்சிக் கோட்டை பானர்மென் வசப்பட்டதே இவர்களது அடைக்கலத்துக்குக் காரணம்.

டேவிசன் என்ற வெள்ளையர், வீரபாண்டியனின் நெருங்கிய நண்பர் என்பதும், முன்னொருமுறை

வீரபாண்டியனுக்காகப் பரிந்து, கலெக்டர் ஜாக்சனுக்கு தண்டனை வாங்கித் தந்தவர் என்பதும் இங்குக் குறிப்பிடத்தக்கவை. ஆனால், இந்தச் சமயம் டேவிசனும் கம்பெனிப் பக்கம் சேர்ந்து கொண்டார். தளபதி பானர்மென் கேட்டுக் கொண்டபடி. வீரபாண்டியனின் குடும்பத்தார் அனைவரையும் கம்பெனியாரிடம் ஒப்புவித்துவிட்டார். கம்பெனி அதிகாரிகள் அவர்களைச் சென்னைக்கு அனுப்பி அங்குக் காவலில் வைத்தனர்.

இந்த நிகழ்ச்சிக்குப் பின்னர் தளபதி பானர்மென் ஓர் ஆணை பிறப்பித்தான். அதில் தென்னாடெங்குமுள்ள மக்கள் ஆயுதம் தாங்கும் உரிமை இழந்து விட்டார்கள் என்றும், அவர்களின் உயிரையும் உடைமையையும் பாதுகாக்கும் பொறுப்பைக் கிழக்கிந்தியக் கம்பெனியாரே ஏற்றுக் கொண்டுவிட்டதால், இனி எவரும் ஆயுதம் வைத்திருக்கத் தேவையில்லை என்றும், மீறி யாராவது ஆயுதம் வைத்துக் கொண்டிருந்தால், அவர்களுடைய தலைகள் வெட்டப்படுமென்றும் கூறியிருந்தான். இந்த ஆணை பிறந்தது 1799-ம் ஆண்டு செப்டம்பர் 18-ம் நாளாகும். தமிழினம், தோன்றிய காலந்தொட்டே ஆயுதந் தாங்கும் உரிமை படைத்திருந்தது. வளையல் அணிந்த பெண்கள் கூட வாளேந்தும் வழக்கம் தமிழகத்தில் உண்டு. தமிழர் தங்கள் உயிரினும் சிறந்ததாகக் கருதிய அந்த உரிமையைத் தளபதி பானர்மென் ஓர் உத்தரவின் மூலம் ஒழித்து விட்டான். தமிழரின் வாழ்வைப் பறிக்க வேண்டுமானால், அவர்கள் வாளேந்தும் உரிமையை முதலில் பறித்தாக வேண்டும் என்ற உண்மையைத் தளபதி பானர்மென் நன்கு அறிந்திருந்தான் போலும்.

6. வீரபாண்டியன் சிறைப்பட்டான்

"புதுக்கோட்டை சமஸ்தான வட்டாரத்தில்தான் கட்டபொம்மன் திரிந்து வருகிறான்; அவனை எப்படியேனும் கண்டுபிடித்துக் கைது செய்யுங்கள்!" என்று தளபதி பானர்மென் தனக்கு அவசரச் செய்தி அனுப்பியதைக் கண்டு புதுக்கோட்டை மன்னன் பூரிப்படைந்தான். கட்டபொம்மனைப் பிடித்துக் கொடுத்தால் கிழக்கிந்தியக் கம்பெனியாரின் தயவு தனக்கு என்றென்றும் நிலைத்திருக்குமென்ற எண்ணமே அவனது பூரிப்புக்குக் காரணம்.

புதுக்கோட்டை சமஸ்தானம் முழுவதும் ஒற்றர்களை ஏவிக் கட்டபொம்மனைப் பற்றித் துப்பறியச் செய்தான் தொண்டைமான். அந்த நேரத்தில் வீரபாண்டியன், புதுக்கோட்டை சமஸ்தானத்திற்குப்பட்ட திருக்களம்பூர் என்னும் ஊரில் தங்கியிருந்தான். அங்கிருந்து திருச்சிக்குச் செல்வதே அவனது நோக்கம். ஆனால் தானும் தன் துணைவர்களும் ஏறிவந்த குதிரைகள் நெடுவழி நடந்து களைப்புற்றிருந்ததாலேயே அவன் திருக்களம்பூரில் தங்கநேர்ந்தது.

அப்படி அங்குத் தங்கியிருந்த நேரத்தில் வீரபாண்டியனின் மதி மாறியது; புதுக்கோட்டைத் தொண்டைமானின் மனநிலையறியாமல், அவனை

என்றும்போல் நண்பனாக எண்ணித் திருச்சி செல்லும் வழியில் புதுக்கோட்டைக்குச் சென்று அவனைப் பார்ப்பதற்கு முடிவு செய்தான். ஆங்கிலேயரின் நல்வாய்ப்பு வீரபாண்டியனின் மனத்தை மாற்றியது போலும்.

வீரபாண்டியன் திருக்களம்பூரிலிருந்து புறப்பட்டுப் புதுக்கோட்டை நோக்கிச் செல்லலானான். வழியில், புதுக்கோட்டைமன்னர் ஏவியிருந்த சிப்பாய்களைச் சந்தித்தான். அந்தப் பட்டாளத்திற்குத் தலைவனா யிருந்தவன் பெயர் முத்து வைரவ அப்பலக்காரன். அவன், வீரபாண்டியனைச் சந்தித்ததும் தன் உள்ளத்திலுள்ள கள்ளத் தனத்தைக் காட்டாமல், உறவினன்போல் வந்து உரையாடினான்.

"எங்கள் மன்னர் தங்களைக் காண விரும்பி அழைத்து வரும்படி எங்களுக்கு ஆணையிட்டார். வரும் வழி யிலே தங்களைப் பார்க்கலானோம். இதுவும் எங்கள் நல்வினைப் பயனே!" என்று பல்லைக்காட்டிப் பரிவுடன் கூறினான். தன்னைத் தேடி வந்தவனின் வஞ்சநெஞ்ச மறியாத வீரபாண்டியன், "நல்லது; நாமும் அவரைக் காணும் கருத்துடனேதான் வந்து கொண்டிருக்கிறோம். போவோம், வாருங்கள்" என்று பதிலுரைத்து அவர்களுடன் சேர்ந்து புதுக்கோட்டை அரண்மனைக்கு வந்தான். வீரபாண்டியனின் வருகையறிந்த மன்னன், அரசனுக்குரிய மரியாதையுடன் அவனை வரவேற்றுத் தக்க உபசாரங்களைச் செய்தான்.

பிறகு வீரபாண்டியன் சிக்கியுள்ள செய்தியைக் கடிதமூலம் தளபதி பானர்மெனுக்குத் தெரிவித்தான். அந்தக் கடிதத்தில், வீரபாண்டியன் வலிய வந்து சிக்கியதாகக் கூறாமல், அவனைப் பெரிதும் துன்பப்பட்டுத் தேடிக் காட்டிலே அவனுடன் கடும்போர் புரிந்து பின்னர்க் கைது செய்ததாக வெள்ளையன் தனது 'வீரத்'தை மெச்சும் வண்ணம் எழுதினான்.

'வீரபாண்டியக் கட்டபொம்மன் சிறைப்பட்டான்' என்ற செய்தி கிடைத்ததும், பானர்மென் அடைந்த மகிழ்ச்சிக்கு எல்லையே இல்லை. வெள்ளை ஏகாதிபத்திய மாளிகைக்குக் கால்கோள் நடத்தும் போதே அதைத் தகர்த்தெறியத் துணிந்த வீரன் பிடிபட்டால், கொள்ளையடிக்க வந்த கூட்டம் மகிழ்ச்சி அடைவதில் வியப்பில்லையன்றோ?

தொண்டைமானின் கடிதம் கிடைத்த மறுகணமே, நன்கு. பயிற்சி பெற்ற வீரர்களைக் கொண்ட பெரும் படையினரைப் புதுக்கோட்டைக்கு அனுப்பி வைத்தான் பானர்மென். 1888-ம் ஆண்டு, அக்டோபர் முதல் நாளன்று பகல் மூன்று மணிக்குப் பானர்மெனின் படைகள் புதுக்கோட்டை அரண்மனையைச் சூழ்ந்து கொண்டன. அந்தப் படைகளில் எட்டையபுரத்துப் படை வீரர்களும் கலந்திருந்தனர்.

அந்த நேரத்தில் வீரபாண்டியன் இருந்த நிலை என்ன? அந்தோ! அதைக் கூறவும் நம் நெஞ்சம் அஞ்சுகின்றது. புதுக்கோட்டை மன்னன் செய்திருந்த ஏற்பாட்டின்படி வீரபாண்டியனும் அவன் தம்பியருட்பட நண்பர் எழுவரும் எண்ணெய் முழுக்காடி இன்சுவை உணவருந்தி மாளிகையின் மேற்பகுதியில் அயர்ந்து உறங்கிக் கொண்டிருந்தனர். அது நாடாளும் தமிழ் வேந்தனின் அரண்மனையென்று நம்பி உறங்கினர்; அந்நியருக்குத் துணை செய்யும் சதிகாரனின் குகை என்பதை அவர்கள் அப்போது உணரவில்லை.

வீரபாண்டியன், புதுக்கோட்டை மாளிகையில் புகுந்த ஏழாம் நாளில்தான் பானர்மெனின் படைகள் அந்த மாளிகையை அணுகின. அதற்கிடையில் வீரபாண்டியன்; புதுக்கோட்டை மன்னனிடம் விடைபெற்றுச் செல்லப் பன்முறை முயன்றதுண்டு. அப்போதெல்லாம் தொண்டைமான் "என்ன அவசரம்; இருந்து போங்கள்!"

என்று வீரபாண்டியனின் அறிவை மயக்கும் வண்ணம் அன்பாகப் பேசி வந்தான்.

புதுக்கோட்டை தொண்டைமானின் எண்ணமறியாத வீரபாண்டியன், இப்போது பகைவரின் படைகளால் சூழப்பட்டுவிட்டான். அவனிடமிருந்த ஒரே ஆயுதம், அவனது கைவாளேயாகும். கண்ணுறங்கும் நேரமாதலால் அதுவும் கைவசமில்லை. ஆனால், அவனைச் சூழ்ந்திருந்த கம்பெனிப் படைகள், புதுக்கோட்டைப் போர் வீரர்கள், எட்டையபுரத்து மல்லர்கள் ஆகியோரிடம் வகைவகையான ஆயுதங்கள் கணக்கின்றி இருந்தன.

அந்தப் படையினர் பலர், வீரபாண்டியன் உறங்கிக் கொண்டிருந்த மேன்மாடிக்கு விரைந்தனர். அவர்கள் மாடிப்படி யேறும் சத்தம் கேட்டு வீரபாண்டியனும், அவனுடைய துணைவர்களும் விழித்துக் கொண்டனர். விழித்தவர்களின் கண்கள், வேல் தாங்கிநின்ற படைகளைக் கண்டதும் சீற்றத்தால் சிவந்தன. ஆயினும் என்ன செய்வது? கையில் போர்க் கருவியற்று பெரும் படையினரிடம் சிக்கிய அவர்கள் செயலற்றுத் திகைத்து நின்றனர்.

கண நேரத்தில், வீரபாண்டியன் திகைப்பு நீங்கிப் பகைவர்களைப் பார்த்து, "வெறுங்கையோடு நிற்கிறோம். உங்கள் எண்ணம் எதுவோ, அதன்படி செய்யலாம்!" என்று வீரம் ததும்ப ஆண்மை விளங்க வெகுண்டு உரைத்தான். தங்களை எதிர்த்துக் கடும்போர் புரிவானென்றும் எதிர்பார்த்து வந்த பகைப்படையினர், அவனது சக்தியற்ற நிலைகண்டு மகிழ்ச்சியடைந்து, வீரபாண்டியன் கைகளுக்கு விலங்கிட்டனர். அரசாளும் மன்னன், அந்நியரின் கைதியானான். வீரவாள் பிடித்த அவ்வேந்தனது கைகள், இரும்பு விலங்கைத் தாங்கின. வீரபாண்டியனின் கைகள் விலங்கு தாங்கும் நிலைகண்டு அண்டையிலிருந்த

ஊமைத்துரை ஆத்திரங் கொண்டான். ஆனால், 'அஞ்சுவது அஞ்சாமை பேதைமை' – என்னும் குறளின் பொருளறிந்த தமிழனான வீரபாண்டியன் ஆத்திரங் கொண்ட தம்பிக்கு ஆறுதல் கூறி அடக்கினாள்.

வீரபாண்டியனும், அவனுடைய துணைவர்களும் மேல் மாடியிலிருந்து கைதிகளாகக் கீழே கொண்டு வரப்பட்டனர். அரண்மனைக்கு வெளியே வந்ததும், வீரபாண்டியனின் கண்கள், காட்டிக் கொடுத்த புதுக்கோட்டை மன்னனைக் கடைசி முறையாகக் காண விரும்பின. வீரபாண்டியனுக்குள்ள ஆத்திரத்திற்கு அளவே இல்லை. ஆயினும், 'இடுக்கண் வருங்கால் நகுக' – என்ற வள்ளுவரின் ஆணைக்கு அஞ்சி நடப்பவன்போல், சீற்றத்தை மறைத்துச் சிறுநகை புரிந்து, "நண்பர் விஜய ரகுநாதத் தொண்டைமான் எங்கே?" என்று அரண்மனைக் காவலர்களைக் கேட்டான். புதுக்கோட்டை மன்னன், வீரபாண்டியனின் எதிரே இருக்க அஞ்சி மறைந்து கொண்டான். எனவே, வீரபாண்டியனுக்கு "இல்லை" என்ற பதிலே கிடைத்தது. ஆயினும், வீரபாண்டியன் அரண்மனையாளரை நோக்கி, 'நண்பர் தொண்டைமான் என்பால் கொண்ட அன்பால் புரிந்த தொண்டு மறத்தற்கு அரியது? அன்பென்று நம்பி அடைக்கலம் புகுத்த எனக்கு அவர் செய்தது போன்ற பேருதவி வேறு எவரே செய்வர் இந்தப் பேருதவிக்கு நன்றி கூறி விடை பெறவே அவரைத் தேடுகின்றேன்; கிடைக்கவில்லை; நேரம் ஆகிறது; போகிறேன்" எனது நன்றியை விஜய ரகுநாதத் தொண்டைமானுக்குத் தெரிவியுங்கள்" என்று கூறினான். ஆத்திரங் கொண்ட நிலையிலும்,

**இனிய உளவாக இன்னாத கூறல்
கனியிருப்பக் காய்கவர்ந் தற்று**

– என்ற குறள் வழி நின்று இன்சொல் மூலம் தனது எரிச்சலைக் காட்டினான் வீரபாண்டியன். அடைக்கலம்

புகுந்த ஒரு தமிழனைக் காட்டிக் கொடுக்கும் இன்னொரு தமிழனும் தமிழகத்தில் உண்டு என்பதைக் கண்ணாரக் கண்டு சிந்தை குளிர்ந்தனர் வெள்ளையர். ஆனால், அதே நேரத்தில் என்னைக் காட்டிக் கொடுத்ததன் மூலம், தமிழகத்திற்குப் புதுக்கோட்டை மன்னன் அழியாப் பழி தேடி விட்டானே!" என்று ஆத்திரங் கொண்டான் வீரபாண்டியன். அந்தோ, தமிழகமே! "தமிழனைத் தமிழனே காட்டிக் கொடுப்பான்; இதற்கு வேந்தனும் விதிவிலக்கல்லன்" என்ற பழியிலிருந்து நீ விடுதலை பெறும் நாள் எந்நாளோ!

7. கொடுங்கோலின் பேயாட்டம்

வீரபாண்டியக் கட்டபொம்மனைப் பிடித்துக் கொடுத்ததற்காக, விஜய ரகுநாதத் தொண்டைமானுக்கு. கிழக்கிந்தியக் கம்பெனியார் முன்னரே செய்திருந்த விளம்பரப்படி பலவிதமான பரிசுகளைத் தந்தனர். நாட்டு வீரர்களைக் காட்டிக் கொடுப்பவர்களுக்கு நாட்டின் விடுதலை இயக்கத்திற்கு இடையூறு செய்யும் துரோகிகளுக்கு பதவிகளும், பட்டங்களும், பரிசுகளும் தரும் அரசியல் சூழ்ச்சியைத் தமிழகத்தில் தொடங்கி வைத்த முதல் கொடுங்கோலன் தளபதி பானர்மென்தான் போலும். அதுபோலவே, அரச கோலத்திலே நின்று துரோகத்தனத்திற்கு அந்நியரிடம் சன்மானம் பெற்ற முதல் தமிழன் தொண்டைமான் பகதூரேயாகலாம்.

வீரபாண்டியனோடு பிடிபட்டவர்கள் ஊமைத்துரை, முத்தையா. குமாரசாமி முத்துக்குமாரசாமி, மெய்க் காப்பாளர்களான வீரண்ண மணியக்காரன், அண்ணன் என்பவர்களாவர்.

தளபதி பானர்மென், வீரபாண்டியனைச் சிறைப்படுத்தினானென்றாலும், அவனை உடனே தண்டிக்கத் துணியவில்லை! வீரபாண்டியனுக்கு விதிக்கும் தண்டனையால் திருநெல்வேலிச் சீமையில் மீண்டும் புரட்சி பொங்கி எழுமோ வென்று அஞ்சினான். எனவே, நாட்டில் அமைதியை நிலை நாட்டுவதற்கான ஏற்பாடுகளைச் செய்வதையே தனது முதல் வேலையாகக்

கருதினான்; கம்பெனிப் படைகளைப் பல பகுதிகளாகப் பிரித்து, தக்க தலைவர்களின் கீழ்த் தமிழகத்தின் பல்வேறு பகுதிகளுக்கும் அனுப்பி வைத்தான்.

பின்னர்த் தளபதி பானர்மென், தென்பாண்டி நாட்டிலுள்ள பாளையக்காரர்களைக் கயத்தாற்றுக்கு வரவழைத்துச் சபை கூட்டினான். அந்தச் சபையில் பாளையக்காரர்களுக்குக் கிழக்கிந்தியக் கம்பெனியின் சார்பில் பானர்மென் விடுத்த கட்டளைகள் கீழே தரப்பட்டுள்ளன!

பாளையக்காரர்கள் அனைவரும் தம்மிடமுள்ள போர்க் கருவிகளையெல்லாம் கிழக்கிந்தியக் கம்பெனி அதிகாரிகளிடம் ஒப்படைக்க வேண்டும்.

பாளையங்களின் கோட்டைகளையெல்லாம் இடித்துத் தகர்த்துத் தரைமட்டமாக்க வேண்டும்.

பாளையங்களின் சொத்து, நிர்வாகச் செலவு, அதிகாரிகள், காவலர்களின் எண்ணிக்கை முதலியவற்றைப் பற்றிய விவரமான கணக்கைக் கம்பெனி அதிகாரிகளுக்கு உடனடியாகத் தரவேண்டும்.

பாளையங்களின் கோட்டைகளை இடித்துத் தள்ள வேண்டுமென்று பானர்மென் ஆணையிட்டதற்குக் காரணம், அவை என்றேனும் ஒரு நாள் ஏகாதிபத்திய எதிர்ப்புப் பாசனறகளாகி விடலாம் என்ற அச்சமேயாகும். வீரபாண்டியன் சிறைப்பட்ட பிறகு தென்பாண்டி நாட்டில் வெள்ளை அதிகாரிகளை அதட்டிப் பேச ஆள் இல்லை. எனவே பாளையக்காரர்களெல்லாரும் பானர்மென் கட்டளைப்படி நடப்பதைத் தவிர வேறு வழியற்றவர்களாயினர்.

வீரபாண்டியன் பிடிப்பட்ட ஐந்து நாட்களுக்குள் அமைதியை நிறுவும் படைகள் அந்தந்தப் பகுதிகளில் தங்கியிருந்தன. பாளையக்காரர்கள் கயத்தாற்றில் இருக்கும்போதே பாளையங்களின் கோட்டைகளெல்லாம்

இடிக்கப்பட்டுவிட்டன. போர்க்கருவிகளும் பறிமுதல் செய்யப்பட்டன. அந்தோ! வீர மறவர்களின் வேல் பிடித்த கைகளெல்லாம் வெறுங்கைகள் ஆயின!

இனி, வீரபாண்டியனை என்ன செய்தாலும் நாடு கொந்தளித்தெழாது. மக்கள் அழுது துடிக்கலாம். ஆனால். ஆத்திரங்கொண்டு போர் புரிய முடியாது என அமைதியடைந்தான் பானர்மென்.

பாஞ்சாலங்குறிச்சியிலிருந்து இருபத்து நான்கு கிலோ மீட்டர் தொலைவிலுள்ள கயத்தாறு என்னும் ஊருக்கு வீரபாண்டியன் கொண்டு செல்லப்பட்டான். அங்கு முன்னெச்சரிக்கையாகக் கம்பெனிப் படைகள் அதிக அளவுக்குச் சேர்த்து வைக்கப்பட்டிருந்தன. இனி, பானர்மெனுக்கிருந்த ஒரே வேலை வீரபாண்டியனைப் பழி வாங்குவதேயாகும்.

வீரபாண்டியன் கைது செய்யப்பட்ட செய்தியைச் சென்னைக் கவர்னருக்கு அனுப்பி, அவரது ஆணையை எதிர்பார்த்திருந்தான் தளபதி பானர்மென்.

8. தூக்குத் தண்டனை

கவர்னரின் ஆணைப்படி பாளையக்காரர்களெல்லாரும் பார்க்கும் வண்ணம் தானே நீதிபதியாக அமர்ந்து வீரபாண்டியனைக் குற்றவாளிக் கூண்டில் நிறுத்திவைத்து விசாரணை நடத்தினான் தளபதி பானர்மென். நாடாளும் உரிமை படைத்த தமிழ் வீரன் குற்றவாளிக் கூண்டில் நின்றான்; நாடோடியாக வந்த வெள்ளைப் பரதேசி நீதிபதி இருக்கையில் அமர்ந்தான்! தமிழகம் கண்டிராத வேதனைக் காட்சி இது. இந்த அநீதியைக் கண்களால் கண்டும் ஆத்திரம் கொள்ளாமல் அமைதியாக வீற்றிருந்தனர் பாளையக்காரர் பலர். 16.10.1795 காலை பத்து மணிக்கு விசாரணை தொடங்கியது. நீதிமன்றத்தில் நிகழ்த்தப்படும் சடங்குகள் அனைத்தும் அந்த அநீதிமன்றத்திலும் ஒன்று விடாமல் நிகழ்த்தப்பட்டன.

வீரபாண்டியன் மீது கிழக்கிந்தியக் கம்பெனியின் சார்பாகக் குற்றச்சாட்டுப் பத்திரம் படிக்கப்பட்டது. அதில் கண்ட குற்றங்கள் பின்வருமாறு:

கிழக்கிந்தியக் கம்பெனியின் ஆணைப்படி வரி செலுத்த மறுத்தது.

கலெக்டர் லூஷிங்டன் பேட்டிக்கு அழைத்த போதெல்லாம் படைகள் புடைசூழ, உடைவாளுடன் வர அனுமதித்தாலன்றிப் பேட்டிக்கு வரமுடியாதென்று கூறிக் கம்பெனியை அவமதித்தது.

கிழக்கிந்தியக் கம்பெனிப் படைகளை எதிர்த்துப் போரிட்டுத் துணைத் தளபதி காலன் உள்படக் கம்பெனி வீரர்கள் பலரைக் கொன்றது.

இந்தக் குற்றச்சாட்டை உறுதிப்படுத்த நான்கு சாட்சிகள் விசாரிக்கப்பட்டனர்.

தளபதி பானர்மென் மொழி பெயர்ப்பாளரான இராமலிங்க முதலியார் சாட்சியம் கூறுகையில், 5.9.1799-இல் கம்பெனிப் படைகள் பாஞ்சாலங்குறிச்சிக் கோட்டையை முற்றுகையிட்டபோது, பானர்மென் கொடுத்த சரணாகதிக் கட்டளையை வீரபாண்டியனுக்குக் காட்டி, அதன்படி அவனுடைய படைகளையெல்லாம் பானர்மெனிடம் ஒப்புவித்துக் கம்பெனியாருக்குப் பணிந்து வாழும்படி தான் கூறியதாகவும், வீரபாண்டியன் அதற்கு மறுத்ததோடு, தளபதி பானர்மென் தனக்குப் பணிந்து போகவேண்டுமென்று பதிலளித்ததாகவும் கூறினார். மற்றும், பானர்மெனின் 'அவில்தாரரான' இப்ரகிம்கான், வீரபாண்டியன் உறவினரான கெடுவெட்டூர் நாயக்கர், கம்பெனியின் கீழ்த்தர அதிகாரியான சுவாமி ஆகிய மூவரும் முதல் சாட்சி கூறியவற்றை வலியுறுத்தினர்.

"உன் மீதுள்ள குற்றச்சாட்டுகளை மறுத்து நீ ஏதாவது கூற விரும்புகிறாயா?" என்று தளபதி பானர்மென் கேட்டதற்கு வீரபாண்டியன் அளித்த வாக்குமூலம் வருமாறு:

"சாட்சிகள் கூறியவை அனைத்தும் உண்மையே. ஆனால் அவற்றை நான் குற்றங்களாகக் கருதவில்லை.

எனக்கு முன்னே பாஞ்சாலங்குறிச்சியை ஆண்ட பாண்டிய மரபின் வேந்தர்கள், எந்தக் காலத்திலும் எவரது ஆதிக்கத்திற்கும் கட்டுப்பட்டு வாழ்ந்ததில்லை; கப்பம் செலுத்தியதுமில்லை. எனவே அவர்களது வழி வந்த தான் அந்நியராகிய உங்களுக்கு வரி செலுத்த மறுத்து எப்படிக் குற்றமாகும்?

தேடி வந்தவர்களை மகிழ்ச்சியுடன் வரவேற்று உபசரிப்பதே எங்கள் வழக்கம். அப்படியின்றிப் பிறர் இருக்குமிடத்திற்கு வலிந்து சென்று பார்ப்பது எங்கள் மரபுக்கு இழுக்கு. ஆகவே நான்கவெக்டரைப் பேட்டி காண மறுத்ததைக் குற்றமென்று கூறுவது எந்த தியாயத்தைச் சேர்ந்தது?

பாஞ்சாலங்குறிச்சி எனது உரிமைத் திருநாடு, அதைப் பகைவரிடமிருந்து காப்பது எனது கடமை. எனவே, கம்பெனிப் படையினர் அதைத் தாக்கிய பொழுது அவர்களை எதிர்த்துப் போரிட்டது எப்படிக் குற்றமாகும்? அதைக் குற்றமென்று கூறுவது தான் குற்றம்."

வீரபாண்டியன் கைவிலங்குடன் குற்றவாளியாக நின்றாலும் அரசருக்குரிய பெருமிதத்துடனேயே பதிலளித்தான். அவனது கம்பீரத் தோற்றத்தைக் கண்டும், கனல்க்கும் பேச்சைக் கேட்டும் பானர்மெனின் வஞ்ச நெஞ்சம் மேலும் மேலும் வலிமை பெற்றது. தன் எதிரே நிற்பது கட்டபொம்மன் அல்லன்: ஆங்கில ஆதிக்கத்தை அழிக்கப் பிறந்த காலன் என எண்ணினான், அவ்வெள்ளைத் தளபதி. எனவே, 'நீதி'யின் பெயரால் வீரபாண்டியனுக்குத் தூக்குத் தண்டனை விதித்திருப்பதாகத் தீர்ப்பளித்தான்.

பானர்மென் கூறிய தீர்ப்பைக் கேட்டு, வழக்கைக் கவனிக்கக் கூடியிருந்த மக்களின் நெஞ்சம் பதைத்தது. ஆனால், அரசனையும், ஆயுதத் தாங்கும் உரிமையையும் இழந்து அகதிகளாக நிற்கும் அவர்கள், படைப்பலம் வாய்ந்த வெள்ளையரை என்ன செய்ய முடியும்? தனக்கு விதிக்கப்பட்ட தண்டனையைக் கேட்டு வீரபாண்டியக் கட்டபொம்மன் நெஞ்சம் துடித்தான்; என்றாலும், நிலை குலைந்து புலம்பவில்லை! பற்களை 'நறநற'வென்று கடித்துத் தனது வீரத் திருவிழிகளால் பானர்மெனை ஒரு முறை உற்று நோக்கினான். அதற்குள் காவலர்கள் அவ்வீரனை அப்பால் கொண்டு சென்றனர்.

டாக்டர் ம.பொ.சிவஞானம்

9. படுகொலை!

தீர்ப்புக் கூறப்பட்ட ஒரு மணி நேரத்திற்குள் அதை நிறைவேற்ற ஆயத்தமாயினர் கம்பெனி அதிகாரிகள். பாஞ்சாலங்குறிச்சி வேந்தன் வீரபாண்டியனைத் – தமிழினத்தின் வீரமெல்லாம் ஒருங்கே திரண்டு ஒருருவாகிய உத்தமனைக் கொல்வதற்கென்றே வளர்ந்திருந்த ஒரு புளிய மரத்தருகே அவனைக் கொண்டு சென்றனர். செல்லும் வழியில் வீரபாண்டியனைக் காட்டிக் கொடுத்த தொண்டைமான், எட்டப்ப நாயக்கன் உள்படத் திருநெல்வேலிச் சீமைப் பாளையக்காரர்கள் அனைவரும் பதுமைகளைப்போல இருமருங்கும் அணிவகுத்து நிறுத்தப்பட்டிருந்தனர் வீரபாண்டியனுக்குப் பிறகும் எந்தப் பாளையக்காரனேனும் ஆங்கிலேயரை எதிர்க்கப் புறப்பட்டால், அவனுக்கும் இதே கதிதான் என்பதைத் தெரிவிப்பதற்காகவே பானர்மென் அந்த அணிவகுப்பை நிறுத்தினான்.

வீரபாண்டியன் தூக்குமரத்தை அணுகும் போது அங்கே நின்றுகொண்டிருந்த எட்டையபுரம் பாளையக்காரனை நோக்கி குறுநகை புரிந்தான். "நான் வீரனாக மாளப்போகிறேன்; என்னை வருங்காலத் தமிழகம் வாழ்த்தும்; நீ கோழையாகி அந்நியனுக்குக் குற்றேவல் செய்கிறாய்; உன் வாழ்வும் ஒரு வாழ்வா?" என்பதே அந்தச் சிரிப்பின் பொருள் போலும்!

தூக்குமரத்தை அணுகிய வீரபாண்டியன், அங்கிருந்த நாற்காலிமேல் ஏறி நின்றான். தலைக்கு மேலே உயிரைக்

கொல்லும் பாம்பைப்போல் சுருக்குக் கயிறு தொங்கிக் கொண்டிருந்தது. இந்தக் கோரக் காட்சியைக் கண்டு அங்குக் கூடியிருந்த மக்கள், கண்களைப் பொத்திக்கொண்டு கதறியழுதனர். ஆனால் பாளையக்காரப் பதுமைகள் மட்டும் கண்களைத் திறந்த வண்ணமே நின்றனர்! இக்காட்சியைக் காண்பதற்காகவே நிறுத்தி வைக்கப்பட்ட அவர்களுக்குக் கண்களை மூடத்தான் உரிமை ஏது!

வீரபாண்டியனின் கண்கள் சுற்றும் முற்றும் சுழன்றன. ஆசைத் தம்பி - அண்ணனுக்கு உற்ற துன்பமெல்லாம் தன்னுடையதாகக் கொண்ட அன்புத் தம்பி ஊமைத்துரையைக் காணவே, வீரபாண்டியனின் கண்கள் சுழன்றன, அவனது உள்ளம் கொல்லன் உலைபோலக் கொதித்தது. புதுக்கோட்டை மன்னனின் மாளிகையில் கைதியாக்கப்பட்ட பின்னர் கம்பெனி அதிகாரிகள் ஊமைத்துரையைக் கட்டபொம்மனிடமிருந்து பிரித்துப் பாளையங்கோட்டைச் சிறையில் காவலில் வைத்தனர்.

'தம்பியுடையான் பகைக்கஞ்சான்'

- என்னும் பழமொழியைத் தன் வாள் முனையில் வாழ்ச் செய்து, அண்ணனுக்குப் புகழ் தேடித்தந்த அந்த வாமைத்துரை ஆவி பிரியும் நேரத்தில் தன் அண்டையில் இல்லையே என்று ஆறாத் துயரமடைந்தான்.

பாஞ்சாலங்குறிச்சியின் கடைசி வேந்தனான கட்டபொம்மன் தன்னுடைய இறுதிக் காலத்தில் சிந்தை நொந்து கூறியவை பின்வருமாறு:

"அந்நியன் முன்னே கைதியாகி நிற்கவும், அவன் அளித்த தீர்ப்புப்படி புளியமரத்தில் தொங்கித் துடிதுடித்து மாளவும் நேர்ந்துள்ள இந்நிலையைக் கண்டு நான் வருந்தவில்லை. ஆனால், பாஞ்சாலங்குறிச்சியை விட்டு வெளியேறாது இறுதிவரை கோட்டைக்குள்ளிருந்தே கம்பெனிப் படையுடன் போராடி இருப்பேனாயின்

பகைவரால் வெட்டப்பட்டு வீரமரணம் அடைந்திருப்பேன்; அந்த வாய்ப்பை இழந்ததற்காகவே வருந்துகிறேன்."

இதைக் கூறி முடித்ததும், இரண்டு நிமிடங்கள் கண்மூடி மௌனியானான் கட்டபொம்மன். அந்த மௌனத்தில் அவன் செய்த பிரார்த்தனை, அந்நியரின் ஆதிக்கத்திலிருந்து தனது அன்னை நாடு மீளவேண்டுமென்பதைத் தவிர, வேறு எதுவாயிருக்கும்?

பிராத்தனை முடித்ததும் வீரபாண்டியன் கண்கள் திறந்தன. ஆ! என்ன துணிச்சல்! தனது கரத்தை – அந்தோ! கன்னித் தமிழால் கவிபாடி வந்த புலவருக்கெல்லாம் வரையாது வழங்கிய தன் வலக்கரத்தை மேலே உயர்த்தி அழைப்பை எதிர் நோக்கிக் காத்திருக்கும் தூக்குக் கயிற்றைப் பிடித்திழுத்துக் கழுத்தில் மாட்டிக் கொண்டான். மறுகணமே தன்னைத் தாங்கி யிருந்த நாற்காலியைத் தரையில் உருட்டினான் புரட்சி வீரன் கட்டபொம்மன் – இந்திய நாட்டின் விடுதலைப் போரைத் தொடங்கிவைத்த வீரபாண்டியன்–உடலைப் புளிய மரத்தில் தொங்கவிட்டு, உலகத்திலிருந்தே விடைபெற்றுக் கொண்டான்! வீரபாண்டியனைத் தூக்கிலிடும் காட்சியை வெள்ளைத் துரைமார்கள் காணவே இல்லை. அமைதியைக் காக்கப் பலமான படைகள் வைத்திருந்துங்கூட அவர்கள் மனம் அமைதி பெறவில்லை! தூக்குப்போடும் நேரத்தில் அருகிலிருந்தால் என்ன நேருமோ என்ற அச்சத்தினால், முன்னரே தூக்கிலிடுமிடத்திற்கு மிக்க தொலைவில் ஏற்பாடு செய்திருந்த இடத்திற்குச் சென்று பதுங்கிக் கொண்டனர். வீரபாண்டியனின் ஆவி குடியிருந்த அந்த அழகுத் திருமேனி. தூக்கிலிடப்பட்ட புளிய மரத்துக்குச் சற்றுத் தொலைவிலேயே கொளுத்திச் சாம்பலாக்கப்பட்டது. வீரன் கட்டபொம்மன், மானத்தை இழந்து மண்ணாள நினைத்திருந்தால் எட்டையபுரம், புதுக்கோட்டை அரசுகளைப் போன்று அவனது பாஞ்சாலங்குறிச்சி அரசும் நீடித்து இருந்திருக்கும். அவனும் தூக்குமேடையில் தொங்கியிருக்க வேண்டிய துன்ப

நிலை தேர்ந்திராது. ஆனால், அடிமைக்கு அரச வாழ்வு என்பது, அந்நியரின் சொற்படி ஆடும் வரைதான் என்பதை வீரபாண்டியன் தெள்ளத் தெளிய உணர்ந்திருந்தான். ஆகவே அடிமையாக வாழாமல் அரசனாகவே மாண்டான். எந்தத் தமிழ்நாடு தன் முன்னோரை வரவேற்று வாழ்வளித்ததோ – ஆண்டியாக வந்த ஆதி கட்டபொம்மனுக்கு அரசு பீடம் தந்து ஆதரித்ததோ அந்தத் தமிழகத்தின் சுதந்திரத்திற்காகவே போரிட்டு மடிந்தான் வீரபாண்டியன். வாழ்க வீரபாண்டியன் புகழ்!

10. சிறைச்சாலை தகர்ந்தது

அன்பென்று நம்பி அடைக்கலம் புகுந்த வீரபாண்டியனைப் பிடித்துக் கொடுத்த புதுக்கோட்டை அரசரை ஆங்கிலேயர்கள் மறந்துவிட வில்லை. அதுவரை கம்பெனிக்கு வரி செலுத்தும் சாதாரண பாளையப்பட்டாக இருந்த புதுக்கோட்டையை "தனி யரசு என்று அறி வித்தனர் வெள்ளை அதிகாரிகள். அன்று முதல், சிறிது காலத்திற்கு முன் அந்த அரசு அழியும் வரை புதுக்கோட்டை சுதந்திர நாடாகவே இருந்து வந்ததை அனைவரும் அறிவர்.

வீரபாண்டியனைத் தேடவும் அவனைத் தூக்கிலிடுவதன் காரணமாக நாட்டில் புரட்சி எழாமல் தடுக்கவும் தொண்டு செய்த எட்டப்ப நாயக்கனுக்குச் சிவஞானபுரம் என்னும் சிற்றூரைக் கம்பெனி அதிகாரிகள் பரிசாகத் தந்தனர்.

ஆங்கிலேயருக்கு அடங்க மறுத்ததன் காரணமாக பாஞ்சாலங்குறிச்சி அரசு அப்போதே அழிந்தது. ஆங்கிலேயருக்குத் தொண்டு செய்த புதுக்கோட்டை அரசையும், எட்டையபுரம் ஜமீனையும் இன்றைய மக்கள் அரசாங்கம் அழித்தது. பாஞ்சாலங்குறிச்சியோ, வரலாற்றில் புகழ்பெற்று விட்டது. அதை ஆண்ட கட்டபொம்மனும் நாட்டு மக்கள் எல்லாராலும் நன்றியுடன் வணங்கப்படும் தியாகியாகி விட்டான்.

21.10.1799 இல் கயத்தாற்றில் தங்கியிருந்த தென்பாண்டி. நாட்டின் பாளையக்காரரை யெல்லாம் கூட்டி வைத்துக் கம்பெனியின் சார்பாக ஒரு கட்டளையைப் படித்தான் தளபதி பானர்மென். அதில் பாளையக்காரர்களில் எவரும் இனி ஆயுதங்களை வைத்திருக்கவோ அல்லது தயாரிக்கவோ கூடாதென்றும், பாளையங்களுக்குட்பட்ட சாதாரண மக்களில் எவரேனும் ஆயுதங்கள் வைத்திருந்தாலோ அல்லது தயாரித்தாலோ அதற்குப் பாளையக்காரர்களே பொறுப்பேற்க வேண்டுமென்றும், இந்தக் கட்டளையை மீறி நடக்கும் குற்றவாளிகள் கம்பெனியின் துரோகிகளாகக் கருதப்பட்டு மரணதண்டனைக்குள்ளாவரென்றும் குறிப்பிடப்பட்டிருந்தது. இந்தக் கட்டளையைச் செப்புத் தகட்டில் பொறித்து ஒவ்வொரு பாளையத்திலும் மக்கள் அனைவரும் காணக்கூடிய இடத்தில் வைக்க வேண்டுமென்பதும் பானர்மெனின் கட்டளை. கம்பெனியின் கட்டளையைப் படிக்கக் கேட்ட பாளையக்காரரெல்லாம் அதன்படி நடந்து கொள்வதாகப் பானர்மெனுக்கு வாக்குத் தந்து தத்தம் பாளையங்களுக்குச் சென்றனர்.

வீரபாண்டியனைக் கொன்ற ஏழு நாட்களுக்குள் திருநெல்வேலிச் சீமையில் 42 கோட்டைகளை இடித்துத் தகர்த்தனர். பாஞ்சாலங்குறிச்சிப் பாளையத்தையும், அதற்குத் துணையாக இருந்த நாகலாபுரம், ஏழாயிரம் பண்ணை; கோலார்பட்டி, குளத்தூர், காடல்குடி ஆகிய பாளையங்களையும் கம்பெனியின் நேரடி ஆட்சிக்குக் கொண்டு வந்தனர். ஏனைய பாளையங்களின் அரசாங்க விருதுகள் அதிகாரங்கள் ஆகியவற்றை நீக்கிவிட்டு, ஆங்கில அரசுக்கு வரிதிரட்டித் தரும் ஜமீன்கள் என்ற நிலைக்குத் தாழ்த்திவிட்டனர்.

கட்டபொம்மனைத் தூக்கிலிட்ட பத்து நாட்களுக்கெல்லாம், தளபதி பானர்மென் உத்தியோகத் திலிருந்து விலகி இங்கிலாந்துக்குச் சென்றான். அவன் விடைபெற்றுச் செல்லும்போது கம்பெனி அதிகாரிகளும், அவர்களுக்கு அடிமைப்பட்ட பாளையக்காரர்களும்

நடத்திய விருந்துகளும் கொடுத்த பரிசுகளும் கொஞ்சநஞ் சமன்று.

ஆங்கிலேயர் எதிர்பார்த்ததுபோல் வீரபாண்டியன் தூக்கிலிடப்பட்ட பின்னர் திருநெல்வேலிச் சீமையில் அமைதி நிலவவில்லை. ஒரு வீரபாண்டியனைக் கொல்லப் போய்த் தென்பாண்டி நாடெங்கும் ஆயிரக்கணக்கான 'வீரபாண்டியன்' தோன்றிக் கம்பெனியை எதிர்த்துப் புரட்சி செய்யலாயினர்.

பாஞ்சாலங்குறிச்சி அரசு அழிக்கப்பட்டபின்னர், பதினாறு திங்கள் வரை தென்பாண்டி நாட்டில் கம்பெனிக்கு எதிராக ஒரு சிறு நிகழ்ச்சி கூட நடைபெறவில்லை. ஆனால், இந்த அமைதிக்கிடையே ஒரு பெரிய புரட்சிகரமான திட்டம் உருவாகி வந்ததைக் கம்பெனி அதிகாரிகள் அறிந்து கொள்ளவில்லை. வீரபாண்டியன் தூக்கிலிடப்பட்டதால் மக்கள் மனத்தில் மூண்டிருந்த ஆத்திரக்கனல், கம்பெனி அதிகாரிகள் செய்து வந்த கொடுமைகளால் கொழுந்து விட்டெரியலாயிற்று. நெஞ்சத் துணிவும், தியாக உணர்வும் கொண்ட நூற்றுக் கணக்கான இளைஞர், தங்கள் உயிரைக் கொடுத்தேனும் கம்பெனியின் ஆதிக்கத்தை ஒழித்தே தீருவதென்ற முடிவுக்கு வந்தனர். இவர்கள் மணியாச்சி புகை வண்டிச் சந்திப்புக்கு வடகிழக்கே 1 1/2 கிலோ மீட்டர் தொலைவிலுள்ள ஓட்டநத்தம் என்னும் சிற்றூரில் இரவு நேரங்களில் கூடி பலாத்காரப் புரட்சிக்கான திட்டங்களைத் தயாரித்தனர். அந்தத் திட்டங்களில், பாளையங்கோட்டைச் சிறையைத் தாக்கி ஊமைத்துரையையும் அவருடைய தோழர்களையும் விடுதலை செய்வதும் ஒன்றாகும்.

1801 ஆம் ஆண்டு பிப்ரவரி இரண்டாம் நாள் அன்று பாளையங்கோட்டைச் சிறைக்கு அருகிலும் ஊருக்குள்ளும் 'மர்ம மனிதர்கள்' நடமாடலாயினர். இவர்கள் ஒருவர் இருவரல்லர்; ஆயிரத்துக்கு மேற்பட்டவர்கள். பலர், புல் கட்டுக்களையும் விறகுக் கட்டுக்களையும் தலைகளில் தாங்கி

வீதிகளில் சுற்றி விலைகூறி வந்தனர். மற்றும் சிலர், காவி யணிந்து கடவுளின் புகழைப் பாடிக் கையேந்திப் பிச்சைக் கேட்டுத் திரியலாயினர். பின்னும் சிலர், பிரயாணிகளைப் போன்று சத்திரங்கள் சாவடிகளில் தங்கியிருந்தனர். எல்லோரும் இருட்டும் நேரத்தை எதிர்பார்த்துப் பகல் நேரத்தைக் கழித்தனர். விறகுக் கட்டுக்களையும் புல் கட்டுக்களையும் விற்க வந்தவர்கள் வேண்டுமென்றே அதிக விலை கூறியதால் அவற்றை எவரும் வாங்குவாரில்லை.

'மர்ம மனிதர்கள்' எதிர்பார்த்திருந்தபடி கதிரொளி மறைந்து எங்கும் காரிருள் சூழ்ந்தது. அந்த நேரத்தில் அவர்கள் எல்லோரும் அரசியல் புரட்சிக்காரர்களாக மாறினர். அவர்களிடம் கைத்துப்பாக்கி, குத்துவாள், கொடுவாள்போன்ற கொலைக்கருவிகள் இருந்தன. அவர்கள் குறிப்பிட்ட நேரத்தில் திடீரென்று பாளையங்கோட்டைச் சிறைக்குள் புகுந்து அதிகாரிகளையும், காவற்காரர்களையும் தாக்கினர். தாக்குண்டவர்களில் சிலர் உயிரிழந்தனர்; பவர் படுகாயமுற்றனர். அவர்களிடமிருந்த போர்க்கருவிகளையெல்லாம். புரட்சிக்காரர்கள் கைப்பற்றிக் கொண்டபின்னர்ச் சிறைச்சாலையின் கதவுகளைத் தாக்கித் தலைவர்களை விடுவிக்க முயன்றனர்.

சிறைக்குள் இருந்த ஊமைத்துரையும், அவர் தம் தோழர்களும் முன்னரே இந்தப் புரட்சிக்காரர்களுடன் கடித மூலமாகத் தொடர்பு வைத்துக் கொண்டிருந்தனர். ஆகவே, தாங்கள் எதிர்பார்த்திருந்தபடி புரட்சி மூண்டதை யறிந்த அவர்கள் உள்ளிருந்த வண்ணம் தலைவாயிற் கதவுகளைத் தாக்கினர். இருபுறத்துத் தாக்குதல்களையும் தாங்க முடியாமல் சிறைக் கதவுகள் தகர்ந்து வீழ்ந்தன. உடனே புரட்சிக்காரர்களும் கைதிகளும் ஒன்று சேர்ந்து, "வீரபாண்டியக் கட்டபொம்மன் புகழ் வாழ்க", "வெள்ளை ஆதிக்கம் ஒழிக!" என்று விண்ணிடிய முழங்கியபடியே பாளையங்கோட்டை வீதிகளில் பவனி வந்தனர்.

பாளையங்கோட்டைச் சிறைச்சாலை தாக்கப்பட்ட நாளில் அங்கிருந்த கம்பெனிச் 'சிப்பாய்'களின்

எண்ணிக்கை அதிகமில்லை. ஐரோப்பியர்கள் ஆணும் பெண்ணுமாக இருபது பேர்களே இருந்தனர். அவர்களும் தளபதி மெக்காலே வீட்டில் நடந்த விருந்துக்குப் போ யிருந்தனர். ஆகவே, புரட்சிக்காரர்கள் மெக்காலே வீட்டை முற்றுகையிட்டிருந்தால், அங்கிருந்த ஐரோப்பியர்கள் அவ்வளவு பேரையும் அடியோடு அழித்திருக்க முடியும்; எதிர்க்க வரும் கம்பெனிப் படையினரின் ஆயுளும் முடிந்திருக்கும். அப்புறம் திருச்சியிலிருந்து கம்பெனிப் படைகள் வருவதற்குள் புரட்சிக்காரர்களின் ஆதிக்கம் அதிகரித்திருக்கும்.

ஆனால், புரட்சிக்காரர்களின் எண்ணம் வேறுவிதமாக இருந்தது. அவர்கள் பாளையங்கோட்டைச் சிறையிலிருந்து தங்கள் தலைவர்களை விடுதலை செய்தவுடன், ஊமைத்துரை தலைமையின் கீழ்ப் பாஞ் சாலங்குறிச்சியை நோக்கி விரைந்தனர். பாஞ்சாலங்குறிச்சி, பாளையங்கோட்டையிலிருந்து 48 கிலோ மீட்டர் தூரத்திலுள்ளது. புரட்சிக்காரர்கள் ஓட்டமும் நடையுமாக அன்றிரவுக்குள் 48 கிலோ மீட்டர்களையும் கடந்து மறுநாள் விடியற்காலையில் சுதந்தர வீரர்களின் போர்க்களமான பாஞ்சாலங்குறிச்சியை அடுத்துள்ளதும், பிற்காலத்தில் 'கப்பலோட்டிய தமிழன்' வ.உ.சிதம்பரனாரைப் பெற்றெடுத்ததுமான ஓட்டப்பிடாரத்தை அடைந்தனர்.

11. மாயக்கோட்டை

ஓட்டப்பிடாரத்தில் சற்று இளைப்பாறிய பின்னர், புரட்சிக்காரர்கள் மேல் நடக்க வேண்டிய புரட்சிக்குத் திட்டமிட்டனர். அந்தத் திட்டங்களாவன:

ஆங்கிலேயரால் அழிக்கப்பட்ட பாஞ்சாலங்குறிச்சிக் கோட்டையை மீண்டும் கட்டுவது.

கம்பெனிப் படைகளை எதிர்த்துப் போராட மக்களுக்குப் பயிற்சி அளிப்பது.

பாஞ்சாலங்குறிச்சியுள்பட கம்பெனியார் எடுத்துக் கொண்ட எல்லாப் பாளையங்களையும் போரிட்டுக் கைப்பற்றிக் கொள்வது.

இத்திட்டங்களை நிறைவேற்றத் தேவையான அளவுக்குப் பொருள் உதவி செய்வதாக சின்னப் பேந்திரன் என்பான் வாக்குறுதி தந்தான். மற்றும் திருநெல்வேலிச் சீமையிலுள்ள பாளையக்காரர் சிலரும் புரட்சிக்காரர்களுக்குப் பக்கத் துணையாக இருந்து பண உதவி செய்ய இசைந்தனர்.

இந்தச் சமயத்தில் மெக்காலே என்பான் கம்பெனிப் படைகளின் தளபதியாயிருந்தான். இவனை 'மக்காவிதுரை' என்றே மக்கள் அழைப்பர். இவன் தன் படைகளைப்

பாளையங்கோட்டைச் சிறையிலிருந்து தப்பியோடிய கைதிகளைப் பிடிக்கக் கயத்தாற்றுக்கு அனுப்பினான். குதிரை வீரர்கள் பீரங்கிப் படையினர், துப்பாக்கி வீரர்கள் ஆகியோர் இந்தப் படையில் இருந்தனர். மெக்காலே அனுப்பிய படையினர் கயத்தாற்றுக்குச் செல்லும் வழியில் குலையநல்லூர் என்னும் சிற்றூரில் கூடாரமடித்து உணவு சமைத்துக் கொண்டிருந்தனர்.

அந்த நேரத்தில் திடீரென்று ஆயிரத்துக்கும் மேற்பட்ட புரட்சி வீரர்கள் அங்குத் தோன்றிக் கம்பெனிப் படையினரை நாற்புறமும் சூழ்ந்து கொண்டு கடுமையாகத் தாக்கினர். ஏறக்குறைய ஒரு மணி நேரம் இரு தரப்பினரிடையேயும் பயங்கரப் போர் நடைபெற்றது. இதில் புரட்சிக்காரர்களில் நாற்பது பேரும், கம்பெனிப் படையினரில் ஆறுபேரும் மாண்டனர். புரட்சிக்காரர்கள், தங்களில் இறந்தவர்களின் சடலங்களை அங்கேயே போட்டுவிட்டுப் படுகாயம் அடைந்தவர்களை மட்டும் தூக்கிக் கொண்டு ஓடிவிட்டனர். இந்த ஒரு மணி நேரப் போரில் கம்பெனிப் படையினர் சோர்வடைந்து விட்டனர். எனவே, அவர்கள் புரட்சிக்காரர்களை விரட்டிச் செல்லாமல் விட்டுவிட்டதுடன், இனி ஒன்றும் நடைபெறாதென்ற எண்ணத்துடன், எல்லோரும் தத்தம் தங்குமிடங்களுக்குச் சென்று படுத்துக் கொண்டனர்.

மீண்டும் இரவு ஒன்பது மணிக்குப் புரட்சிக்காரர்கள் திரும்பி வந்து கம்பெனிப் படைகளைத் தாக்கினர். இரு தரப்பினரும் சுட்ட வெடிகளின் பேரொலி, குலையநல்லூர் மக்களைக் குலைநடுங்கச் செய்தது! ஒன்பது மணிக்குத் தொடங்கி விடியும்வரை நடந்த இத்தப் போரிலும் இருதரப்பினரில் எவரும் வெற்றி பெறவில்லை. விடியும் தருணத்தில் புரட்சிக்காரர்கள் மறைத்துவிட்டனர். கம்பெனிப் படைகளும் அங்கிருந்து புறப்பட்டுக் காலை பத்து மணிக்குப் பாஞ்சாலங்குறிச்சியை அடைந்தது.

பாஞ்சாலங்குறிச்சியில் கால் வைத்ததும், அங்குக் கண்ட காட்சி, அவர்களைத் திகைக்கச் செய்தது. முன்னர்த் தளபதியாயிருந்த பாளர்மெனின் கட்டளைப்படி, தரைமட்டமாக்கப்பட்ட பாஞ்சாலங்குறிச்சிக் கோட்டைச் சுவர் மீண்டும் எழுப்பப்பட்டிருந்தது. பாளையங்கோட்டைச் சிறையைத் தகர்த்துத் தலைவர்களைச் சிறை மீட்ட பிறகு புரட்சிக்காரர்கள் செய்த அடுத்த செயல், இந்தக் கோட்டையை எழுப்பியதே யாகும்.

புதிய கோட்டை கட்டப்பட்ட விதம், வரலாற்றில் பொன்னெழுத்துக்களில் பொறிக்கத்தக்க சிறப்புடையது. ஓட்டப் பிடாரத்தில் கூடித்திட்டமிட்டப்படி இந்தக் கோட்டை மதிலை எழுப்பப் புரட்சிக்காரர்கள் பட்ட துன்பம் கொஞ்சநஞ்சமன்று. 2000-க்கும் மேற்பட்ட மக்கள் இந்தக் கோட்டையைக் கட்டும் பணியில் ஈடுபட்டார்கள். அதற்கு முன்னிருந்த கோட்டையைவிட, அவசரத்தில் எழுப்பப்பட்ட கோட்டையே அதிக உறுதி வாய்ந்ததென்று கருதப்பட்டது. பின்னால் நடந்த பீரங்கித் தாக்குதலிலிருந்து இது வெளிப்பட்டது. பல திங்கள் பாடுபட்டுக் கட்டவேண்டிய இந்தக் கோட்டையை இரண்டே வாரங்களில் கட்டி முடித்தனர் புரட்சிக்காரர்கள். இத்தக் கோட்டை பனஞ்சாற்றினால் பிசைந்த மண்ணைக் கொண்டு கட்டப்பட்டதாம்.

கோட்டைச் சுவரை இடித்துத் தள்ளக்கூடிய முரட்டு பீரங்கிகள் அப்போது கம்பெனிப் படையினரிடம் இல்லை. என்றாலும் அவர்கள் சோர்வடையவில்லை. சுவரேறிக் குதித்துக் கோட்டைக்குள் நுழையத் தீர்மானித்தனர். இதைச் செய்ய இரவு நேரத்தை எதிர்பார்த்து அங்கிருந்து ஒன்றரை கிலோ மீட்டர் தூரத்திலுள்ள ஏரிக்கரை ஓரத்தில் கூடாரமடித்துத் தங்கியிருந்தனர்.

கோட்டைக்குள்ளேயும் ஐயாயிரம் புரட்சிக்காரர்கள் பல்வேறு ஆயுதங்களுடன் பதுங்கியிருந்தனர். அவர்களும்,

கம்பெனிப் படையினரைத் தாக்க இருள் கவியும் நேரத்தையே எதிர்பார்த்திருந்தனர்.

பாஞ்சாலங்குறிச்சிக் கோட்டையைத் தாக்க இருட்டும் நேரத்தை எதிர்பார்த்திருந்த கம்பெனிப் படையினருக்குத் திடுக்கிடத்தக்க செய்தி யொன்று கிடைத்தது. "கோட்டைக்குள்ளே ஐயாயிரம் புரட்சிக்காரர்கள் ஆயுதங்களுடன் மறைந்திருக்கின்றனர்! அந்திப்பொழுது வந்ததும் கம்பெனிப் படைகள் மீது மோதுவதற்குத் திட்டமிட்டுள்ளனர்!" என்பதே அந்தச் செய்தி.

12. ஓடியது வெள்ளைப்படை!

புரட்சிகாரரின் திட்டத்தை முன்கூட்டியே எதிர்பாராததால் இனி என்ன செய்வதென்பதைப் பற்றிக் கம்பெனிப் படைத் தலைவர்கள் ஆலோசிக்கலாயினர். முன்னர்த் தளபதி பானர்மென்னால் தரை மட்டமாக்கப்பட்ட 'கோட்டை' மீண்டும் தலைதூக்கி நின்றதைக் கண்டு சோர்வடைந்துவிட்ட கம்பெனிப்படை வீரர்கள், புரட்சிக்காரர்களின் போர்க்கோலச் செய்தியைக் கேட்டதும் பெரிதும் திகைப்புக் கொண்டனர். முன்னாள் இரவு முழுவதும் கண்விழித்துப் பாளையங்கோட்டை யிலிருந்து பாஞ்சாலங்குறிச்சிவரை நடந்து வந்ததால் படைவீரர்கள் மேற்கொண்டு கடுமையான போரில் ஈடுபட ஆற்றலற்றவர்களாய்க் களைத்துப் போயிருந்தனர். ஆகவே, இந்தச் சமயத்தில் புரட்சிகாரர்களுடன் போர் நடத்தினால் வெற்றி கிடைப்பது அரிதென்பதை வெள்ளைத் தளபதிகள் தெரிந்து கொண்டனர். வந்த வழியே திரும்பிச் செல்வதைத் தவிர அவர்களுக்கு வேறு வகையில்லை.

சரியாகப் பகல் இரண்டு மணிக்குக் கம்பெனிப் படைகள் பாஞ்சாலங்குறிச்சியை விட்டுப் பாளையங்கோட்டை நோக்கிப் புறப்பட்டன. இந்த 'வெற்றிகரமான' பின்வாங்குதலைக் கோட்டைக்குள்ளிருந்த புரட்சிக்காரர்கள் தெரிந்து கொண்டனர். கம்பெனிப் படைகளைப் பாளையங்கோட்டைக்குச் செல்லவிட்டு விட்டால் மீண்டும் அவர்கள் தங்கள் படையைப்

பெருக்கிக்கொண்டு பாஞ்சாலங்குறிச்சி திரும்புவது திண்ணமென உணர்ந்தனர். எனவே, கோட்டை யிலிருந்து வெளியேறி ஓடிக் கொண்டிருந்த கம்பெனிப் படைகளைத் துரத்திச் சென்றனர். கம்பெனிப் படை யினர் இதை முன்கூட்டியே எதிர்பார்த்துத் தாக்குதலைத் தாங்குமளவுக்குப் படைகளைத் திறமையாக அணி வகுத்திருந்தனர். அந்த அணி வகுப்புக்கு முன்னே ஒரு பீரங்கியும், பின்னே ஒரு பீரங்கியும் காவலாகச் சென்றன.

புரட்சிக்காரர்கள் பின்புறம் ஓடிவந்து கொண்டிருந்ததை அறிந்த படைத் தலைவன், திரும்பிச் சென்று அவர்களைத் தாக்குமாறு தனது படைவீரர்களுக்குக் கட்டளையிட்டான். அவ்வளவுதான்! பீரங்கிகளும் துப்பாக்கிகளும் புரட்சிக்காரர்கள் மீது சரமாரியாகக் குண்டுகளைப் பொழிந்தன. இதனால் அவர்களில் நூறு பேர்களுக்கு மேல் உயிரிழந்தனர். தங்களால் ஒன்றும் செய்ய முடியாதென்பதை யறிந்து புரட்சிக்காரர்கள் எல்லாரும் பின்வாங்கிச் சென்று பழையபடி கோட்டைக்குள் பதுங்கிக் கொண்டனர். கம்பெனிப் படையினரும் 'தலை தப்பியது தம்பிரான் புண்ணியம்' என்று நினைத்து வழியில் எங்கும் தங்காமல் காற்று வேகத்தில் நடந்து மறுநாள் இரவு ஒன்பது மணிக்குப் பாளையங்கோட்டையை அடைந்தனர்.

கம்பெனிப்படைகள் திரும்பிச் சென்றதென்றாலும் ஊமைத்துரையும் அவன் தோழர்களும் ஓய்ந்துவிடவில்லை; மீண்டும் வெள்ளையர்கள் வருவதை எதிர்பார்த்து 'வெற்றி' அல்லது வீழ்ச்சி' என்ற இரண்டிலொன்றை முடிவு கட்டும் இறுதிப் போருக்கு ஆயத்தமாயினர். பாஞ்சாலங்குறிச்சியோடு நில்லாமல், அதையெடுத்துக் கம்பெனியின் ஆதிக்கத்திலுள்ளதும் தங்களுக்கு எதிராகக் கம்பெனியுடன் ஒத்துழைத்து வருவதுமான பாளையங்கள் சிலவற்றையும் கைப்பற்றலாயினர்.

தொடக்கத்தில், தூத்துக்குடி மீது படையெடுத்து அதைக் கைப்பற்றியதுடன் அங்குக் காவல் காத்துவந்த இந்தியச்

சிப்பாய்களிடமிருந்த ஆயுதங்களை யெல்லாம் பறிமுதல் செய்து அவர்களை ஊரைவிட்டே விரட்டி விட்டனர். இரண்டு ஆங்கில அதிகாரிகளை மட்டும் சிறைபிடித்து அவர்களுடைய சொத்துக்களையும் கைப்பற்றினர். அதற்குள் அந்த ஆங்கிலேயர்களில் ஒருவனான பாக்கட் என்பவனின் மனைவி, ஊமைத்துரையின் காலில் விழுந்து அவறியழுது மன்னிப்பு வேண்டினாள்.

வீரத்திற்கு மன்னிக்கும் குணம் உண்டு. அதற்கு ஊமைத்துரையும் விதிவிலக்கல்லன். அரசிழந்து அமரில் புகுந்து அல்லல்படும் நேரத்திலும் பாஞ்சாலங்குறிச்சியின் முடிசூடா மன்னனாகிய ஊமைத்துரை அன்பு நெறியினின்று பிறழ்ந்தானில்லை. ஆங்கில மாதின் அபயக் குரலுக்கு ஆதரவு காட்டிச் சிறைப்பிடித்த வெள்ளையர் இருவரையும் விடுவித்து அவர்களுடைய உடைமைகளையும் திருப்பிக் கொடுத்து விட்டான்.

மற்றும் காடல்குடி, சீவைகுண்டம் ஆகிய பாளையங்களையெல்லாம் ஒன்றன்பின் ஒன்றாகப் புரட்சிக்காரர்கள் தங்கள் ஆதிக்கத்திற்குக் கொண்டு வத்துவிட்டனர். இங்கெல்லாம் ஆங்கிலேயர் தலைமையின் கீழ்ச் சிறிய அளவில் கம்பெனிப் படைகள் இருந்தன. ஆனால் பொது மக்களின் ஆதரவு புரட்சிக்காரர்கள் பக்கமே இருந்து வந்ததால் அந்தப் படைகள் புரட்சிக்காரரை எதிர்க்க ஆற்றலற்றுப் புறமுதுகிட்டோடி விட்டன. இதற்குள் பாளையங்கோட்டையிலிருந்து கம்பெனிப் படைகள் மீண்டும் பாஞ்சாலங்குறிச்சி நோக்கிப் புறப்பட்டன. பிப்ரவரி மாதம் 10-ம் நாள் பாஞ்சாலங்குறிச்சியிலிருந்து ஓட்டம் பிடித்தபின்னர், இப்போதுதான் கம்பெனிப் படைகள் மீண்டும் பாஞ்சாலங்குறிச்சிக்கு வரத் துணிவு கொண்டன. இடைப்பட்ட ஒன்றைத் திங்கள் காலத்தில் அவர்கள் தங்கள் படைப் பலத்தைப் பெருக்கிக் கொண்டனர்.

13. கோட்டையன்று; கொலைக்களம்

கம்பெனிப் படையினர், மார்ச்சுத் திங்கள் 31-ம் நாள் பாஞ்சாலங்குறிச்சிக் கோட்டைக்கு மேற்கே அரை கிலோ மீட்டர் தொலைவில் ஒரு மேட்டை எழுப்பினர். அதன் நீளம் 1800 சென்டி மீட்டர், அகலம் 50 சென்டி மீட்டர், உயரம் 480 சென்டி மீட்டர். இரண்டு பீரங்கிகளை அதன் மேல் நிறுத்திக் கோட்டைச் சுவர் மீது குண்டுகளை மாரியெனப் பொழிந்தனர். கோட்டை உடைந்து விட்டது என்ற நம்பிக்கை ஏற்பட்டவுடன், பீரங்கித் தாக்குதலை நிறுத்திவிட்டுக் கோட்டைக்குள் நுழைய முயன்றனர். ஆனால் படைகள் நுழையுமளவுக்குக் கோட்டைச் சுவர் நன்றாக உடையவில்லை. கோட்டைச் சுவரில் இடிபட்ட சந்துகளின் வழியே ஒவ்வொருவராக உள்ளே நுழைய முயன்றனர். அங்ஙனம் நுழைந்த சிப்பாய்கள் ஒவ்வொருவரையும், உள்ளே சுவரோரத்தில் பதுங்கி யிருந்த புரட்சிக்காரர்கள் ஈட்டியால் குத்தியும், துப்பாக்கி முனையால் அடித்தும் கொன்று கொண்டே இருந்தனர். கோட்டைக்கு வெளியே இருந்த கம்பெனிப் படைவீரர்கள், உள்ளே நடப்பதைத் தெரிந்து கொள்ள முடியாததால், ஒருவர் பின் ஒருவராக உள்ளே புகுந்து புரட்சிக்காரர்களின் தாக்குதல்களுக்குப் பலியாகிக் கொண்டே இருந்தனர்.

வேறு சிலர், கோட்டைச்சுவரின் உச்சி மீது ஏற முயன்றனர். சுவரில் பிடிப்பு இல்லாததால் சறுக்கி விழுந்து புரட்சி வீரர்களிடம் சிக்கி அடிபட்டும்,

துப்பாக்கிகளால் சுடப்பட்டும் உயிரிழந்தனர். கோட்டைத் தாக்குதலில் கம்பெனியின் சார்பாக ஈடுபட்ட படைகளில் எட்டையபுரத்துச் சிப்பாய்களும் உண்டு. சுவரேறி உள்ளே குதிக்க முயன்று மாண்டவர்களில் அவர்களது எண்ணிக்கையே அதிகம்.

தங்களுடைய முயற்சி வெற்றி பெறாததைக் கண்ட கம்பெனித் தளபதிகள் கவலை கொண்டனர். ஆனால், புரட்சிக்காரர்களோ கம்பெனிப் படைகளை இருமுறை பின்வாங்கி ஓடச் செய்ததால் இறுமாப்புற்றனர். இந்தக் கடுமையானபோருக்குப் பிறகு, புரட்சி வீரர்களில் ஒருவர்கூடக் கோட்டைக்கு வெளியே தலைகாட்டவில்லை. காரணம், புறங்காட்டி ஓடிய கம்பெனிப் படைகள் மீண்டும் எந்த நேரத்திலும் கோட்டையைத் தாக்குவதை அவர்கள் எதிர்பார்த்திருந்ததேயாகும்.

கோட்டைத் தாக்குதலில் தோல்வியுற்ற பிறகு கம்பெனிப் படையினர், கோட்டைக்கு வெளியே ஒரு கிலோ மீட்டர் தொலைவில் பாடி அமைத்து இளைப்பாறினர். கோட்டை மதிலைச் சுற்றி எங்கும் பிணக்குவியல் மயமாயிருந்தது. அவற்றை எடுத்துச் சென்று அடக்கம் செய்ய இசைவளிக்குமாறு சமாதானக் கொடி தாங்கிய கம்பெனித் தூதுவர்கள் கோட்டைக்குள் சென்று புரட்சிக்காரர்களை வேண்டினர்.

அறத்திற்கே அன்புசார் பென்ப வறியார்
மறத்திற்கு மஃதே துணை

– என்று வள்ளுவர் கூறிய அறவழி நின்று மறப்போர் புரிந்தான் ஊமைத்துரை, எனவே கம்பெனியாரின் வேண்டுகோளை எந்தவித நிபந்தனையும் விதிக்காமல் ஏற்றுக்கொண்டான். அதற்குப் பின் கம்பெனிப் படையினர் இறந்த சிப்பாய்களின் சடலங்களையெல்லாம் எடுத்துச்சென்று அடக்கம் செய்தனர். பிணந்தூக்கும் வேலையிலும் கம்பெனிப் படையினருக்குப் புரட்சிக்காரர் ஓரளவு துணை புரிந்தனர். இந்தப் பெருந்தன்மைக்குப்

புரட்சிக்காரர்களைப் பெரிதும் மெச்சிப் புகழ்ந்தனர் கம்பெனித் தளபதிகள்.

தம்மிடமுள்ள படைபலத்தையும் பீரங்கிப் பலத்தையும் கொண்டு கோட்டையைத் தகர்ப்பதும், உள்ளிருக்கும் புரட்சிக்காரர்களை வெல்வதும் முடியாதென்றுணர்ந்த தளபதி மெக்காலே மேற்கொண்டு புதிய படைகளையும், பெரிய பீரங்கிகளையும் அனுப்பி வைக்குமாறு திருச்சியிலுள்ள கம்பெனித் தலைவர்களுக்குச் செய்தி அனுப்பினான்.

புரட்சிக்காரர்கள் பாஞ்சாலங்குறிச்சியை மட்டுமின்றி, வேறு பல பாளையங்களையும் கைப்பற்றிக்கொண்டே வருவதை அறிந்த கம்பெனித் தலைவர்கள் கலக்கம் கொண்டனர். அதுவரை மன்னன் வீரபாண்டியன் நடத்திய போர், அவனைத் தூக்கிலிட்டுக் கொன்ற பிறகு மக்கள் நடத்தும் போராக மாறிவிட்டதைக் கண்டு கொள்ளையடிக்க வந்த வெள்ளைக்காரர்கள் குலை நடுங்கினர்.

"ஊமைத்துரையைவிட, வீரபாண்டியனே நல்லவன்; அவனிடம் சமரசம் செய்துகொள்ளாமற் போனோமே" என்றுகூடக் கம்பெனித் தலைவர்களில் சிலர் கருதலா யினர். என்றாலும், புரட்சிக்காரர்களை நசுக்கியே தீருவதென்ற உறுதியிலிருந்து அவர்கள் தளரவில்லை. வலிமை வாய்ந்த பீரங்கிகளையும், நன்கு பயிற்சி பெற்ற படைவீரர்களையும் கர்னல் ஆக்னியூ என்ற அதிகாரி யினுடைய தலைமையின் கீழ்ப் பாஞ்சாலங்குறிச்சிக்கு அனுப்பி வைத்தனர்.

திருச்சியிலிருந்து மேற்கொண்டு படைப்பலம் வரும்வரை, புரட்சிக்காரர்கள் கோட்டையிலிருந்து வெளியேறாதவாறும், வெளியிலிருந்து உணவு முதலிய எத்தகைய உதவியும் கோட்டைக்குள்ளே செல்லாதவாறும் கண்காணித்து வந்தனர், கம்பெனிப் படையினர். இதன் மூலம், வீரபாண்டியனின் தம்பியும், அவன் தலைமையின்

கீழுள்ள புரட்சி வீரர்களும் தங்களுக்குப் பணிந்து விடுவரென்றும். நம்பினர். ஆனால், அவர்கள் நம்பியது நடக்கவில்லை. உள்ளேயிருந்த புரட்சி வீரர்களில் பலர் உணவின்றி மடிந்தனர். என்றாலும், உயிர் வாழ்ந்த வீரர்கள் உள்ளம் குலைந்து பகைவருக்கு பணிந்துவிடவில்லை. திருச்சியிலிருந்து படை வருவதற்குத் தாமதமாவதையறிந்து திருநெல்வேலிக் கலெக்டர் இலங்கையிலிருந்து படை வீரர்கள் வருவதற்கு ஏற்பாடு செய்தான். அங்குள்ள ஆட்சியும், திறமைமிக்க ஒரு படையைத் தென்பாண்டி நாட்டுக்கு அனுப்பியது. சின்னஞ்சிறு பாஞ்சாலங்குறிச்சியின் சுதந்திர வீரர்களை நசுக்கத்தான் இவ்வளவும் நிகழ்ந்தன.

தென்னாடு முழுவதுமிருந்த கம்பெனிப் படைகளென்ன! எட்டையபுரம், புதுக்கோட்டை போன்ற இடங்களில் உள்ள காட்டிக் கொடுக்கும் துரோகிகளின் படைகளென்ன! இவ்வளவும் போதாதென்று இலங்கைப் படைகள் வேறு! என்ன இருப்பினும் இவையனைத்தும் கூலிப் படைகள்தாமே!' ஆனால், ஊமைத்துரையின் படை வலிமையோ, மக்கள் மன வலிமையைப் பொறுத்திருந்தது. எனவே கூலிப்படைகளால் அவனை விரைவில் வெற்றிகாண முடியவில்லை.

இரண்டு திங்களுக்குப் பிறகு, திருச்சியிலிருந்து கர்னல் ஆக்னியூ நடத்தி வந்த படை பாஞ்சாலங்குறிச்சி வந்து சேர்ந்தது. தளபதி மெக்காலேயிடமிருந்து படைத் தலைமையைக் கர்னல் ஆக்னியூ – ஏற்றுக்கொண்டான். புதிய தளபதியினுடைய தலைமையின் கீழ் கம்பெனிப் படைகள் மீண்டும் போர்க்கோலம் பூண்டன. கோட்டைக்கு மேற்கே, முன்னர் எழுப்பப்பட்டிருந்த பீரங்கி மேட்டில் இரண்டு பீரங்கிகளை நிறுத்தினான்தளபதி ஆக்னியூ. கம்பெனிப் பீரங்கிகள், மீண்டும் கோட்டையைக் கடுமையாகத் தாக்கின. பல மணி நேரத் தாக்குதல்களுக்குப் பிறகு, கோட்டையில் பலமான உடைப்புக் கண்டு விட்டதென்ற முடிவுக்கு வந்து புரட்சிக்காரர்களைத்

தாக்கக் கம்பெனிப் படைகள் கோட்டைக்குள் புக முயன்றன! ஆனால், ஷெப்பர்டு என்பவன் தடுத்ததின் பேரில் கோட்டைக்குள் புகுவதை மறுநாளுக்குத் தள்ளி வைத்தான் தளபதி ஆக்னியூ. பாவம்! ஷெப்பர்டு பழைய அனுபவத்தை மறக்கவில்லை போலும்!

மறுநாள் காலை மீண்டும் கோட்டையின் மூலைக் கொத்தளத்தை தகர்க்கத் தொடங்கிப் பகல் ஒரு மணிக்குள் வெற்றிகரமாக முடித்து விட்டனர் கம்பெனி படையினர். கொத்தளம் அடியோடு தகர்ந்ததைக் கண்டு கம்பெனிப் படைகளுக்கு ஏற்பட்ட இன்பம் கொஞ்ச நஞ்சமன்று. இந்த வெற்றி நிகழ்ச்சியில் கோட்டையைக் கைப்பற்ற அவர்கள் விரைந்து சென்றனர். புரட்சிக்காரர்களும் சோர்ந்து விடவில்லை. பெரிய பெரிய மரங்களை வெட்டி வழியில் போட்டுக் கம்பெனிப் படையினர் முன்னேறாதவாறு தடுத்தனர். தாண்ட முடியாதபடி ஆழமான அகழிகள் தோண்டினர். வெறி பிடித்த கம்பெனிப் படைகள், நாலாபுறமும் சூழ்ந்து கொண்டு வெடிகுண்டுகளை வீசும் போதே புரட்சிக்காரர்கள் தடுப்பு வேலைகளைச் செய்தனரென்றால், அவர்களுடைய வீரத்தையும், விடுதலை வேட்கையையும் என்னென்று விளக்குவது?

புரட்சி வீரர்கள் தாங்கள் வெட்டிய குழிகளுக்குள்ளிருந்து தலை தெறிக்க ஓடிவரும் கம்பெனிப் படைகளைச் சுட்டுக் கொன்றனர். கோட்டைச் சுவரைத் தகர்ப்பது கம்பெனிப் படையினருக்கு எளிதாக இருந்தது. ஆனால், கோட்டைக்குள் நுழைந்த பின்னர்ப் புரட்சிக்காரர்கள் நடத்திய 'குரங்குப் போரை' சமாளிக்க அவர்களால் முடியவில்லை. புரட்சிக்காரர்கள் செய்த 'குரங்குப் போர்' வருணனைக்கு எட்டாதது. அவ்வீரர்களின் இதயத்தில் கனல் விட்டெரிந்த உரிமை உணர்ச்சி, வீரபாண்டியன் மீது அவர்கள் வைத்திருந்த பற்று, ஊமைத்துரையின் தலைமையிலிருந்த தளராத, நம்பிக்கை ஆகியவைதாம் இவ்வாறு கடும்போர் செய்ய ஆற்றலைத் தந்தன. கம்பெனிப் படைகளிடம் பெரியனவும், சிறியனவுமான பல

பீரங்கிகள் இருந்தன. துப்பாக்கி முதலிய கருவிகளுக்கும் கணக்கில்லை. மேலும் கம்பெனிப் படை வீரர்கள் நன்கு பயிற்சி பெற்றவர்கள். போதாக் குறைக்கு எட்டையபுரம், புதுக்கோட்டைத் துரோகிகள் அனுப்பி வைத்த துணைப் படைகள் வேறு. புரட்சிக்காரர்களிடமோ போதிய போர்க் கருவிகளில்லை. அவர்களுக்குப் போர் செய்வதற்கான நெஞ்சுரமிருப்பினும், நீண்ட காலப் பயிற்சியில்லை. எனவே, கம்பெனிப் படைகளை மேலும் எதிர்த்துப் போரிட ஆற்றலற்றவர்களாய் சோர்ந்துவிட்டனர்.

கோட்டைக்குள் கண்ட காட்சியும், அவர்களது சோர்வை அதிகப்படுத்தியிருக்க வேண்டும். கடந்த இரண்டு நாள் போரில் ஏறக்குறைய ஐந்நூறுக்கு மேற்பட்ட புரட்சி வீரர்கள் பலியாகி விட்டனர். அரண்மனைப் பெண்கள் பதுங்குவதற்குக் குழிகள் வெட்டப்பட்டிருந்தும் அவர்களிலும் பலர் குண்டுகளுக்கு இரையாயினர். பெண்கள் சிலர் குண்டுகளின் ஒலியைக் கேட்டுப் பயத்தாலேயே செத்து விட்டனர். மற்றும் கோட்டைக்கு வெளியே கம்பெனிப் படைகள் முற்றுகை செய்திருந்ததால் உணவுப் பொருள்களைக் கொண்டுவர முடியவில்லை. கோட்டைக்குள் சேமித்து வைத்திருந்த உணவுப் பொருள்கள் அனைத்தும் தீர்ந்துபோய் விட்டன. புரட்சி வீரர்களைப் பட்டினியும் சாவும் தோழமை கொண்டன.

இந்நிலையில், மேலும் கோட்டைக்குள்ளிருந்து போர் புரிவது தற்கொலைக்கு ஒப்பாகும் என்று கருதினான் ஊமைத்துரை. அவன்முன் இரண்டே வழிகள் தோன்றின, ஒன்று வெள்ளையரிடம் சரணடைவது, மற்றொன்று கோட்டையிலிருந்து வெளியேறுவது. முன்னதைச் செய்வது எளிது; பின்னதைச் செய்வதோ கடினம். ஆனால் மானமிழந்து சரணடைவதைவிட, மரணத்திற்குத் துணிந்து வெளியேறுவதே சிறந்த வழி என்ற முடிவுக்கு வந்தான் ஊமைத்துரை, அவன் தன்னுடைய புரட்சித் தோழர்களுக்கு பின்வருமாறு கட்டளை பிறப்பித்தான்.

"புரட்சி வீரர்களே! புற முதுகு காட்டாது போரிட்டுக் கொண்டே கோட்டையிலிருந்து வெளியேறுங்கள். படுகாயமுற்ற வீரர்கள், பெண்கள், குழந்தைகள், முதியவர் ஆகியவரைக் கோட்டைக்கு வெளியே பாதுகாப்பான இடத்திற்குக் கொண்டு செல்லுங்கள்"

இந்தக் கட்டளை ஒலிபரப்பப்பட்டதும் அணி அணியாகப் புரட்சி வீரர்கள் வெளியேறலாயினர். ஆயுதம் தாங்கிய புரட்சி வீரர்கள் முன்னும் பின்னுமாக அணிவகுத்து நின்று இடையிலே படுகாயமடைந்த போர் வீரர்கள், பெண்கள் முதலியவரைப் பாதுகாத்துக் கடத்திச் சென்றனர். கோட்டைக்கு வெளியே நிறுத்தப்பட்டிருந்த கம்பெனிக் குதிரைப் படையினர் வெளியேறும் வீரர்களை மறித்துப் போரிட்டனர். அந்தப் போர் அதற்கு முன் நடந்த போர்களனைத்தையும் விடப் பயங்கரமானது. ஏறக்குறைய அறுநூற்றுக்கு மேற்பட்டவர்கள் குதிரைப் படையினரால் கொல்லப்பட்டனர். அவர்களில் பலர் பெண்கள்.

பாஞ்சாலங்குறிச்சிக் கோட்டைக்கு உள்ளும் புறமும் பிணக் குவியல்! எங்கு நோக்கினும் இரத்தக் கறை! குத்து! வெட்டு! குண்டு மாரி! இந்தக் கொடுமைகளுக்கு. ஆற்றவொண்ணாது அலறுவோரின் கூக்குரல்களோ, பீரங்கி ஒலியையும் விஞ்சி விட்டன. பிற்காலத்தில் வடக்கே பாஞ்சாலத்தில் நடத்திய படுகொலையைவிடப் பெரியதோர் படுகொலையைத் தெற்கே. பாஞ்சாலங்குறிச்சிக் கோட்டையைச் சுற்றி நிகழ்த்தி விட்டனர் வெள்ளை ஏகாதிபத்திய வெறியர்கள். இந்தப் படுகொலைக்குத் தப்பிய புரட்சியாளரின் எண்ணிக்கை ஏறக்குறைய இரண்டாயிரமாகும். சிவத்தையாவும் ஊமைத்துரையும் இதில் சேர்ந்தவர்கள்.

14. என் சாமியைக் காப்பாற்று

இந்த வெளியேற்றத்தில் நிகழ்ந்த மற்றொரு காட்சி இங்குக் குறிப்பிடத்தக்கது. கோட்டையை விட்டு வெளியேறிய பெண்களில் ஒருத்தி நிறைந்த கர்ப்பவதி. அவ்வம்மையாரின் இடப்பக்க இடுப்பில் ஆண் குழந்தை; வலப்பக்க இடுப்பில் கூடை. அந்தக் கூடையிலே பாஞ்சாலங்குறிச்சியின் வீர வழிபாட்டுக்குரிய ஜக்கம்மாளின் சிலை இருந்தது. இளம் பெண்கள் இருவர் அன்னையின் முன்றானையைப் பிடித்துக் கொண்டு அழுத வண்ணம் பின் தொடர்ந்தனர்.

அந்த அம்மையார் வேறு யாருமில்லை; ஊமைத்துரையின் மனைவிதான்! ஆம்; பாஞ்சாலங்குறிச்சியின் அரசி! இன்னும் சில நாட்களில் தன் கணவனைச் சுதந்தர பீடத்தில் பலி கொடுத்து விதவையாகப் போகும் வீரமாது. ஆளப் பிறந்த அரசிளங்குமரனுடனும், பாரி வேந்தன் பெற்றெடுத்த அங்கவை, சங்கவை போன்ற இரு பெண்களுடனும் குண்டு மாரிகளுக்கிடையே கோட்டையை விட்டு வெளியேறினாள் அவ்வீர பத்தினி. இந்த நிகழ்ச்சி நடந்த சில வாரங்களுக்குப் பிறகு, செக்காரப்பட்டி என்னும் ஊரில் ஒரு கவுண்டர் வீட்டில் மறைந்து வாழ்ந்த இவ்வம்மையாரைக் கைது செய்து சிறையிலடைத்தனர் கம்பெனியார். சிறையில் பிறந்த ஊமைத்துரையின் ஆண் செல்வத்துக்குக் கம்பெனிச் செல்வம் என்று பெயர் வைக்கப்பட்டது. பெற்றெடுத்த

வீரத்தாயின் விருப்பப்படியன்று; கம்பெனி வெள்ளையரின் கட்டளைப்படியேயாகும்.

கோட்டையிலிருந்து வெளியேறிய புரட்சிக்காரர்கள் வடக்கு நோக்கி விரைந்து சென்றனர். கர்னல் ஆக்னியூ ஒரு சிறிய வெள்ளைப் படையுடனும் எட்டையபுரத்துப் படைவீரர் பலருடன் புரட்சிக்காரர்களை விரட்டிச் சென்றார். ஐந்து கிலோ மீட்டர் தொலைவிலுள்ள ஒரு கிராமத்திற்குச் சென்றதும் புரட்சிக்காரங்கள் கம்பெனிப் படைகளை எதிர்த்து மீண்டும் கடுமையாகப் போர் புரிந்தனர். இந்தப் போரில் ஊமைத்துரையும் சிவத்தையாவுமே மற்ற வீரர்களைவிட அதிகமாகப் பங்கு கொண்டனர். இதன் விளைவாக ஊமைத்துரை உடலெங்கும் புண்ணாகிக் கை சோர்ந்து மெய் சோர்ந்து உணர்ச்சியற்ற மரம் போலத் தரையில் சாய்ந்தான். தலைவனை இழந்த புரட்சி வீரர்கள் மேலும் போரிட ஆற்றலற்றவர்களாய் நாலா பக்கங்களிலும் சிதறியோடினர்.

இதற்குப் பின்னர் ஊரிலுள்ள பெண்கள் பலர் அந்தப் போர்க்களத்திற்கு வந்து படுகாயமடைந்தும், செத்தும் கிடந்த தத்தம் உறவினர் பிணங்களை தேடிப் பார்த்துத் தூக்கிச் சென்றனர். அவர்களில் ஒருத்தியின் மகன் பல பிணங்களுக்கு அடியில் சிக்கிக் கிடந்தான். அவன் தாய் மற்றப் பெண்களின் துணையுடன் மேலே கிடந்த பிணங்களை அகற்றி, மகனுக்கு மூர்ச்சை தெளிவித்தாள். அவனது உயிர் இப்போதோ பின்னையோ என்று ஊசலாடிக் கொண்டிருந்தது. கண்ணைத் திறக்க கூடச் சக்தியற்றுக் கிடந்த அந்தக் காளைக்கு "ஐயோ, மகனே!" என்று அன்னையின் அவறல் காதில் கேட்டது.

ஈன்றாளின் குரல் கேட்டு அவன் கண்களைத் திறந்தான். திறந்த கண்கள் சுற்று முற்றும் சுழன்றன. தனக்குச் சற்றுத் தூரத்தில் ஊமைத்துரை உணர்விழுந்து உயிர்க்கு மன்றாடிக் கொண்டு வீழ்ந்து கிடப்பதைக் கண்டான். அவன் மனம் பதைத்தது. தன் அன்னையையும்

அருமைத் தலைவன் ஊமைத்துரையையும் மாறி மாறிப் பார்த்தன அவனுடைய வீர ஒளி வீசும் கண்கள். மறுகணத்தில் அவன் தன் தாயைப் பார்த்து

"அன்னையே! என்னைப் பிழைக்க வைப்பதால் யாருக்கு என்ன பயன்? அதோ என் சாமி உணர்வற்று வீழ்ந்து கிடக்கிறார். அந்த வீரத் தலைவரைப் பிழைக்க வைப்பீர்களேயானால், வெள்ளையர் ஆட்சியை அவர் வேரறுப்பார். அவர் இறந்த பின்னர் யார் வாழ்ந்து என்ன பயன்? அம்மா! விரைந்து செல்லுங்கள். பகைவர்கள் வந்தால் சாமியைக் கொண்டு போய் விடுவார்கள்; முதலில் சாமியைக் காப்பாற்றுங்கள்" என்று கூறினான். சிறிது நேரத்தில் அந்த வீரத் தமிழனின் மண்ணுலக வாழ்வு முடிவு பெற்றது. நொந்த மனத்தோடு மைந்தனின் கட்டளைப்படி ஊமைத்துரை இருக்குமிடம் சென்று அவனை மற்றப் பெண்களின் துணையோடும் தனது இல்லத்திற்கு எடுத்துச் சென்றாள் அந்த வீரத்தாய். அங்கு ஊமைத்துரையின் உடலிலிருந்த புண்களை ஆற்றச் சிகிச்சை செய்தாள். இந்த வேதனைக் காட்சியை அடுத்து. மற்றொரு வேடிக்கையான சம்பவம் நிகழ்ந்தது.

பாஞ்சாலங்குறிச்சிக் கோட்டை கைப்பற்றப்பட்டுப் புரட்சி வீரர்கள் விரட்டியடிக்கப்பட்டனர். என்றாலும் கர்னல் ஆக்னியூவின் மனத்தில் அமைதி ஏற்படவில்லை. தப்பிச் சென்றுவிட்ட 2000 புரட்சி வீரர்களும் அவர்களின் இணையற்ற தளபதி ஊமைத்துரையும் உயிர் வாழும் வரை கம்பெனி அரசு அபாயமின்றி வாழ முடியாது என்று எண்ணினான். ஆகவே. ஊமைத்துரையையும் அவனுடைய புரட்சி வீரர்களையும் கண்டு பிடிக்குமாறு தன் படையினரை எட்டுத் திக்கிலும் ஏவினான். கண்டு பிடிக்கும் புரட்சிக்காரர்களை முடிந்தால் கைது செய்ய வேண்டும்; இல்லையேல் சுட்டுக் கொன்று பிணங்களையாவது கொண்டு வர வேண்டும்" என்று தன் படைகளுக்குக் கட்டளையிட்டிருந்தான் கர்னல் ஆக்னியூ, கம்பெனிப் படையினர், வீட்டுக்கு வீடு சோதனை செய்து

புரட்சி வீரர்களைத் தேடினர். இதையறிந்த வீரத்தாயும் வேதனை கொண்டாள். தன் ஒரே மைந்தன் "அம்மா! என் சாமியைக் காப்பாற்று" என்று போர்க்களத்தில் மரணப் படுக்கையிலிருந்து கூறிய மொழி அவள் கவனத்திற்கு வந்தது. எனவே ஊமைத்துரையைக் காப்பாற்றுவதற்கு ஒரு தந்திரம் செய்தாள். படுக்கையில் நினைவிழந்து கிடந்த அந்த வீரனின் உடலைத் தலை முதல் கால் வரையில் ஒரு வெள்ளைத் துணியால் மூடிவிட்டாள். பின்னர் அவளும் அவளோடு சேர்ந்த வேறு பெண்கள் சிலரும் ஊமைத்துரையின் இருபுறத்திலும் அமர்ந்து ஒப்பாரி வைத்து அழலாயினர்.

புரட்சிக்காரர்களைத் தேடிவந்த கம்பெனிப் படை யினர், ஒப்பாரி, ஓசை முழங்கும் வீட்டையடைந்து நடந்ததென்னவென்று வினவினர். அந்த வீட்டுப் பெரிய பிள்ளை அம்மை நோயால் செத்து விட்டதாக அவர்களுக்கு அறிவிக்கப்பட்டது. இந்தச் செய்தியைக் கேட்டதும் கம்பெனிப் படைவீரர்கள் திரும்பிப் பாராமல் ஓட்டம் பிடித்தனர். அம்மை நோய் என்றால் அந்தக் காலத்தில் அவ்வளவு பயம்! இதற்கு வெள்ளையரும் விதிவிலக்கல்லர். வீரத்தாயின் அன்பு கலந்த உதவியால் ஊமைத்துரையின் உடற்புண்கள் மிக்க விரைவில் ஆறி விட்டன. தனது உடல் நல்ல நிலை அடைந்ததும், தன்னைக் காப்பாற்றிய அவ்வம்மையாருக்கு நன்றி கூறி மீண்டும் கிழக்கிந்தியக் கம்பெனிக்கு எதிராகப் புரட்சியில் ஈடுபடலானான் ஊமைத்துரை.

15. முதற் கட்டம் முடிந்தது

பாஞ்சாலங்குறிச்சியில் மீண்டும் புரட்சிக்காரர்கள் தலைகாட்ட முடியாத அளவுக்குக் கம்பெனியாரின் கொடுங்கோல் கூத்தாடியது. எனவே ஊமைத்துரை, என்ன செய்வதென்று தெரியாமல் திகைத்தான். தன் தோழர்களில் இறந்தவர்களும் சிறைப்பட்டவர்களும் சோர்ந்து விட்டவர்களும் போக எஞ்சிய 200 பேர்கள்கூட அவனுக்கு அப்போது துணையாக இல்லை. இந்த நிலையிலும், கட்டபொம்மன் தம்பி கலங்கவில்லை.

அந்தச் சமயத்தில் சிவகெங்கை பாளையத்தின் தலைவர்களாயிருந்த சின்ன மருது, பெரிய மருது சகோதரர்கள் கிழக்கிந்திய கம்பெனியார் மீது பகைமை கொண்டிருந்தனர். இதையறிந்த ஊமைத்துரை, மருது சகோதரர்களின் துணை கொண்டு ஆங்கிலேயரின் ஆதிக்கத்தை அழிப்பதென்ற மன உறுதியுடன் சிவகெங்கை சென்றான். மருது சகோதரர்களும் ஊமைத்துரையை வரவேற்றுக் கம்பெனி ஆட்சியை எதிர்த்துக் கலகம் செய்யத் துணை நின்றனர். அவர்களிடம் அப்போது ஏறக்குறைய இருபதினாயிரம் வீரர்கள் கொண்ட பெரும் படை இருந்தது. அவ்வீரர்கள் போர் புரிவதையே தங்கள் பரம்பரைத் தொழிலாகக் கொண்ட மறவர் குலத்தைச் சேர்ந்தவர்கள். ஊமைத்துரை, மருது சகோதரர்களின் ஒற்றுமையால் புரட்சிக்காரர்கள் போர்க்களம் விரிவடையலாயிற்று. கம்பெனியாரின் கண்ணோட்டமும் பாஞ்சாலங்குறிச்சியை

விட்டுச் சிவகெங்கை பக்கம் திரும்பியது. அதன் விளைவு மற்றொரு பயங்கரப் போர்.

ஆனால் மருது சகோதரர்களின் துணை கொண்டு ஊமைத்துரை நடத்திய போர், நெடு நாட்கள் நீடிக்கவில்லை. வீரபாண்டியக் கட்டபொம்மனைக் கொன்று பாஞ்சாலங்குறிச்சியைக் கைப்பற்றிய பின் கம்பெனியாரின் ஆதிக்கம், தென்னாட்டில் நன்கு வலுத்து விட்டது. ஆகவே, மருது சகோதரர்களின் படைப்பலத்தைக் கொண்டு மட்டுமே கம்பெனிப் படைகளை வெற்றி காண்பது முடியாத காரியமாயிற்று. கம்பெனிப் படையினர் மருது சகோதரர்களையும் கட்டபொம்மனின் தம்பியான ஊமைத்துரையையும் சிறைபிடித்து விட்டனர். மருது சகோதரர்களை அவர்களது சொந்த நாட்டிலேயே திருப்பத்தூர்க் கோட்டையிலேயே தூக்கிலிட்டுக் கொன்றனர். ஊமைத்துரையை 1801-ம் ஆண்டு ஜூன் மாதம் 10-ம் நாள் பாஞ்சாலங்குறிச்சிக் கோட்டைக்கு மேற்புறத்தில் உள்ள "பீரங்கி மேட்டில் தூக்கிலிட்டுக் கொன்றனர்.

பாஞ்சாலங்குறிச்சிப் பாளையப்பட்டாரில், வீரபாண்டியக் கட்டபொம்மனுக்கு மட்டும் பிள்ளைப் பேறு ஏதுமில்லை. அவனுடைய சகோதரர்களுக்கு மக்கள் உண்டு. அவர்கள் செக்காரக் குடி என்னும் ஊரில் இன்றும் வாழ்ந்து வருகின்றனர். அவர்களுக்கு அரசாங்கத்திடமிருந்து பணவுதவி கிடைத்து வருகிறது. அவர்கள் குடும்பத்தில் ஆண் மக்கள் பிறந்தால், மூத்தமகனுக்குக் 'கட்டபொம்மன்' என்றும் இளைய மகனுக்கு 'ஊமைத்துரை' என்றும் பெயர் வைப்பது இன்றும் வழக்கமாயிருந்து வருகிறது.

'கம்பெனிச் செல்வம்' என்பாரின் மைந்தனும் ஊமைத்துரையின் பெயரனும் ஆகிய ஜெக வீரபாண்டியத்துரை என்பான் பாஞ்சாலங்குறிச்சி அரசைத் தன்னிடம் ஒப்படைக்க வேண்டுமென்று வெள்ளை அரசாங்கத்தார் மீது வழக்குத் தொடுத்தான்.

இந்த வழக்குக்காக அவன் சென்னை வந்திருத்த சமயம் நோய்வாய்ப்பட்டு இறந்துவிட்டான். ஜெகவீர பாண்டியத்துரை ஆறு மொழிகளில் புலமை பெற்றிருந்தான்.

பாஞ்சாலங்குறிச்சிக் கோட்டை இருந்த இடம் இன்று மண்மேடாகக் காணப்படுகிறது. கோட்டை பிடிபட்டதும் கம்பெனி அதிகாரிகள் அதை இடித்துத் தகர்த்து, வீரபாண்டியன் அரசாண்ட நிலத்தில் உப்பையும் ஆமணக்கு முத்தையும் போட்டு உழுது விட்டார்கள். பிடிபட்ட நாட்டில் வெற்றி பெற்ற வேந்தர்கள் இம்மாதிரி செய்யும் வழக்கம் பண்டைக் காலத்திலும் இருந்து வந்தது.

கயத்தாற்றில், வீரபாண்டியன் தூக்கிலிடப்பட்ட இடத்தில் பெரிய கற்குவியல் காணப்படுகிறது. அந்தப் பக்கமாகப் போகிற மக்கள், வீரபாண்டியக்கட்டபொம்மனின் நினைவுக்கு அறிகுறியாக, அந்த குவியலின் மீது கல்போடும் வழக்கம் இன்றும் இருந்து வருகிறது. பாஞ்சாலங்குறிச்சிக் கோட்டையிருந்த மண்ணில் பெருமை இருப்பதாக மக்கள் இன்னமும் நம்புகின்றனர். குழந்தை பிறந்தால் பாஞ்சாலங்குறிச்சிக் கோட்டை மைதானத்திலிருந்து கொஞ்சம் மண் கொண்டு வந்து அதைத் தண்ணீரில் கரைத்துக் குழந்தையைக் குடிக்க வைக்கின்றனர். அதனால் அந்தக் குழந்தைக்கு உடலுறுதியும் நெஞ்சுறுதியும் ஏற்படுமென்பது அவர்கள் நம்பிக்கை.

பாஞ்சாலங்குறிச்சிப் பாளையப்பட்டின் வட பகுதியிலுள்ள எழுபத்தொன்பது கிராமங்களை எட்டையபுரத்தாருக்கும். மற்ற இருபத்தைந்து கிராமங்களை மணியாச்சிப் பாளையப்பட்டாருக்குமாகக் கிழக்கிந்தியக் கம்பெனியார் தானம் செய்தனர்.

அடிமைகளுக்குப் பரிசுகள் வழங்கிப் பாராட்டுவதன் மூலந்தான் மேலும் மேலும் அடிமைகளின் எண்ணிக்கையை அதிகமாக்க முடியும் என்பது ஆங்கிலேயரின் அரசியல் எண்ணம். அந்த எண்ணத்தின்படியே பாஞ்சாலங்குறிச்சியைக் காட்டிக் கொடுத்த எட்டையபுரம்,

மணியாச்சி பளையப்பட்டாருக்கு பரிசுகள் தந்தனர் கம்பெனியார்.

பாஞ்சாலங்குறிச்சிக் கோட்டை இருந்த இடத்தில் எவரும் எக்காரணத்தை முன்னிட்டும் கட்டடம் எழுப்பக்கூடாதென்று கட்டளையிட்டனர் கம்பெனி அதிகாரிகள். சுதந்திர வீரர்களின் இரத்தத்தைச் சுவை பார்த்த அந்த மண்ணில் கட்டடம் கட்டினால், அதில் குடியேறி வாழ்பவர் கூடக் கட்டபொம்மன்களாகி விடுவார்களென்ற அச்சம் போலும்!

பாஞ்சாலங்குறிச்சிப் போரில் புரட்சிக்காரர்களால் கொல்லப்பட்ட லெப்டினன்ட் காலின்ஸ் போன்ற பல ஆங்கில அதிகாரிகளுக்கு அங்கு நினைவுச் சின்னங்கள் நிறுவப்பட்டுள்ளன.

வீரபாண்டியக் கட்டபொம்மன் தொடங்கி வைத்த விடுதலைப் போரின் முதற்கட்டம், ஊமைத்துரையைத் தூக்கிலிட்டதோடு முடிந்தது.